MITUMBA

Mungai Mutonya

Kilele Publications & Productions Ltd.

Nairobi

2012

Kimetolewa na
Kilele Publications & Productions Ltd.
P.O. Box 52045-00100
Nairobi, Kenya
E-mail: Kilele.publications@gmail.com

Toleo la Kwanza 2012

ISBN-13 978-9966-1516-1-2

Michoro ya jalada na Kevin Mwariri Mungai

Kwa marehemu babangu mpendwa

Mzee Jeremiah Mutonya (Mutongoria)

Na wote wenye moyo wa kuwatetea wasonacho

WAHUSIKA

ABU	Alikuwa mumewe Rita, babake Boi
RITA	Alikuwa mkewe Abu, mamake Boi
BOI	Mwanawe Abu na Rita
LULU	Muuguzi hospitali alimolazwa Boi
TOSHA	Mwanamume anayejuana na Rita tangu ujana
TIJEI	Mwanaume anapendaye Uzungu
IMANI	Msichana anayetamani kusomea ng'ambo
HELENA	Alikuwa mkewe Tindo; mamake Supuu
TINDO	Alikuwa mumewe Helena; babake Supuu
SUPUU	Mwanawe Rehema na Tindo
JEIPI	Mshirika wake Tijei
GAITHO	Mpelelezi wa kulipwa
KAIMU	Kaimu mkuu wa polisi
WEITA	Mhudumu hotelini
KASISI	Mhubiri kanisani anakoabudu Abu

WANAWAKE Akina mama kijijini

Wakati   Tulio nao

Mandhari: Sokomoko, jamii dhahania ya Kiafrika
inayokabiliwa na changamoto za kimaadili.

SEHEMU YA KWANZA
ONYESHO LA KWANZA

Wanawake wanatwanga nafaka kwa mchi na kinu huku wakiimba. Ngoma inasikika nje ya jukwaa ikiiga vitendo jukwaani.

Ngoma: Dum dum dum dum dum dum dum   dum dum dum

Wanawake: (*Wakiendelea kutwanga na kwa kujibizana*)

       Kazi nyingi - tupunguzie
       Uchovu mwingi - tupunguzie
       Shida nyingi - tupunguzie
       Amani kwetu - tuzidishie
       Afya njema - tuzidishie

Ghafla mwanamke mjamzito anajishika tumbo na kutoa mlio unaosababisha mkuruputuko wa vitushi. Mwenzake anaondoka na kurejea na leso kadha; ameandamana na wanawake wengine wanaomzingira na kumkinga kwa leso. Mwanamume anaingia na kunong'onezana na mmoja wa walioshika leso.

Anatembeatembea huku na kule jukwaani huku akisimama na kusikikiza yanayoendelea nyuma ya ukuta wa leso. Mlio wa mwanamke unafuatiwa na kilio cha mtoto. Wacheza ngoma wanaingia wakicheza ngoma ya kusherehekea.

Wanawake: Tushangilieni, ooooooo yayeeeeeee
         Kazaliwa, ooooooo yayeeeeeee
         Mwanetu, ooooooo yayeeeeeee
         Tushangilieni, ooooooo yayeeeeeee

Wanawake wanamwelekeza mama na mtoto nje ya jukwaa. Ngoma inashika kasi.

Ngoma: Dumdumdum dumdumdum dum   dum dum dumdumdum

Baada ya muda, kimya. Wanatega masikio. Kimya. Mwanamume na mkewe wanarejea jukwaani bila mtoto. Wacheza ngoma wanakaribia na kuwazingira. Taa zinafifia na kuwaka mara kadha huku ngoma ikidunda polepole. Mwanamke na mwanamume wanaenda taratibu kutoka upande

1

mmoja wa jukwaa. Kila wanapoondoka wacheza ngoma wanaendelea kucheza lakini wanatulia tuli kama sanamu kila warejeapo. Taa inamwangazia mchezaji ngoma mmoja anayejigaragaza, kujivingirisha na kutambaa kwa shida. Ngoma haisikiki tena na taa za jukwaa nzima zinawaka.
Chumba cha kuwapokea wageni hospitalini. Nesi anazikagua faili huku wenzake wakiwahudumia wageni na wagonjwa. Anaingia mwanamume aliyevaa koti na suruali ndefu kuukuu. Anaikaribia meza ya mapokezi.

ABU: Habari za leo, Nesi?

LULU: Salama. (*Anaunyanyua uso.*) Aaaah, Abu! Habari za siku nyingi?

ABU: Lulu, sikudhani ni wewe?

LULU: Kwa nini, Baba Boi?

ABU: Umekonda kidogo. Umekuwa mgonjwa au nini?

LULU: (*Akicheka.*) Mimi mzima kama kigongo. Huoni vile nguo zinanipata vizuri?

ABU: Ulikuwa umejaajaa kama mtu aliyekula akashiba.

LULU: (*Akicheka.*) Lishe bora na mazoezi, Baba Boi. Kujaajaa   kunahatarisha afya. Husikizi kipindi cha Daktari Ponya?

ABU: Lakini dunia ya Mungu kweli ina mengi; sisi wengine tunajaribu kuongezea kilo mbili ili tusibebwe na upepo na nyinyi mnajaribu kukonda. Tuseme livu yako imekwisha?

LULU: Livu wapi? Nilikuwa nikifanya kozi. Lazima tujiendeleze kimasomo, au siyo.

ABU: Hapo kweli umenena. Soma kabla hujapata mume na watoto.

LULU: Mume? Wazuri wanapatikana soko gani siku hizi? (*Wanacheka. Anaendelea na kazi.*)

ABU: Marikiti ile ile moja tuliopatikana.

LULU: Ipi hiyo? Kariokoo, Mwembe Tayari, Gatura, Soko Mjinga, au Gikomba?

ABU: Marikiti yo yote ile. Hakuna bidhaa na kabidhaa.

LULU: He! Ati nini? Hapana! Hapo sikubaliani nawe, Mzee. Hapana. Haiwezekani. Marikiti, mitumba pia haikosi.

ABU: Kwani mitumba si nguo?

LULU: Wapi? Nionyeshe mmoja hapa (*Anaashiria hadhira*) ambaye havai ama hajawahi kuvaa mitumba? (*Akiendelea kuashiria hadhira.*) Hiyo sweta, hiyo skati, ile jeans, koti ... aisee, hiyo jaketi ni mtumba pia? Kweli? Salala, safi sana. Lakini wewe bwanamkubwa unaielewa lugha ya mitumba? (*Akicheka.*) Mi-tu-mba. Sikufikiri. Imetoka wapi? Ufaransa? Jameni! Ghali lakini haishindi mitumba. Mitumba ni *fashion,* iwe imetoka Gikomba ama *stalls.* Na yako mami? Ehee! Ndiyo, hiyo! Kula tano. Siri ya urembo, au siyo? Nguo za jana, juzi, leo, arusi, kazi, na rumba.

ABU: Lakini usiisifu mitumba sana. Heri uwe makini. Kuna nguo mtumba na binadamu mtumba.

LULU: Hee! Kweli Mzee. Binadamu mitumba wako wengi. Nimewaona wengi. Lakini mimi usinione juakali ati naweza kuolewa na mwanamume mtumba. (*Wanacheka.*) Wangu ninaendelea kumkagua nihakikishe amefuliwa, akanyooshwa kwa pasi hadi alainike.

ABU: Kagua kabisa. Unaona vile ninahangaika. Marikiti nilienda lakini nilikuwa ofusai ...

3

LULU:	(*Akicheka.*) Wamaanisha *offside*.
ABU:	Hiyo kitu! Ofusai, onisai, autisai au kitu kama hicho. Bora unanielewa. Lakini yamemwagika… Boi yukoje leo?
LULU:	Mtoto wako hali ni ile ile.
ABU:	Siku moja! Siku moja tu! Muujiza utatokea. Mimi na Boi wangu, tutaondoka hiyo wadi, tukuage, tuende nyumbani. Najua utakuja kututembelea kwetu kijijini.
LULU:	Mkeo hajakupa taarifa yo yote?
ABU:	Na wewe huachi kumwita mke wangu…
LULU:	A-a-a! Usinilaumu. Mazoea tu. Niliwajua mkiwa chanda na pete mtoto alipohamishwa kutoka hospitali ya wilaya yenu. Alifika leo asubuhi.
ABU:	Ajabu. Kwani leo alipata wakati kuja kumwona mtoto. Jua litatua mashariki leo. Alifika lini?
LULU:	Rekodi ya wageni inaonyesha alifika asubuhi na mapema.
ABU:	Kwani leo alipata mtu wa kumwachia duka lake la mitumba? Ama pengine biashara inafifia?
LULU:	Ndiyo kusema bado hamwonani? Nilifikiri sintofahamu yenu ilikuwa ya muda mfupi.
ABU:	Hajarudi. Nasikia anasema nimekuwa kazee na maisha ya mashambani yanamrudisha nyuma. Nasikia alishikana na wenzake kuuza mitumba na biashara zingine ambazo sizijui. Hata Dubai nasikia anaendanga.
LULU:	Leo basi akaja. Na akaja kuzua kimbunga.
ABU:	Kipunda?

LULU: *(Akiendelea na kazi yake.)* Kimbunga.

ABU: Kifunga? Unazungumza lugha gani leo?

LULU: Subiri, daktari atakueleza yote. Unauelewa utaratibu wa hospitalini; mwenye kutoa habari ni daktari.

ABU: Wacha basi nikamngojee katika wadi ya mwanangu?

LULU: Haiwezekani.

ABU: Eti nini?

LULU: Haiwezekani.

ABU: Kwa nini?

LULU: Heri usubiri hapa …

ABU: Unasema siwezi kwenda ndani ya wadi?

LULU: Pole sana.

ABU: Kwani kuna nini?

LULU: Mambo yamebadilika kidogo leo. Daktari atakueleza.

ABU: Lakini ulisema hali yake ni ile ile, kwa hivyo ulinidanga …

LULU: A-a-a! Sijakudanganya mzee. Hali yake haijabadilika tangu mmlete hapa kwetu.

ABU: Kwa nini basi unasema nimngojee daktari hapa? Kizungu gani hicho? Au kampuni ya bima imeacha kulipa?

LULU: Hayahusiani na malipo.

ABU: Halafu? Una hakika hali yake si mbaya zaidi?

LULU: *(Akimsogea.)* Sikiza Mzee Abu. Nilikwambia hali yake haijabadilika kutoka vile alivyokuwa tangu kuzaliwa. Kuna vikwazo vya kisheria …

5

ABU: Eti vikazo?

LULU: Vi-kwa-zo! Masharti yaliyowekwa na mahakama kwa niaba ya mkeo.

ABU: Heeee! Eti nini? Vioja mahakamani? Sasa anachezanga na Sirandula na Mama Kayai?

LULU: Hapana! Mzee huelewi. Mahakama ya serikali si kipindi cha televisheni.

ABU: Mahakama inaingilia mambo ya mtoto wangu kwa nini?

LULU: Barua ndiyo hii jisomee mwenyewe.
(*Abu anasita kuichukua barua.*)

LULU: (*Akimpokeza barua.*) Ndiyo hiyo! Jisomee mwenyewe. (*Abu anataka kusema lakini Lulu anamdakiza.*) A-a! Isome kwanza. (*Lulu anaendelea na kazi yake na baada ya muda anamwangalia Abu na kumkaribia polepole.*)

LULU: (*Anaichukua barua kutoka mikononi mwa Abu na kwa utaratibu anaigeuza chini juu.*) Ama tuseme …

ABU: Naam!

LULU: Miwani itasaidia.

ABU: Hapana.

LULU: Mbona?

ABU: Huwezi kuelewa.

LULU: Lakini elimu ni ya bure.

ABU: Hata sisi tulifikiri ni kitu bure siku zetu, lakini sasa tunajua si bure, ni muhimu.

LULU: Ninamaanisha hailipwi tena siku hizi …

ABU: Siku hizi lakini siyo siku zetu. Wachana na hayo, hebu niambie barua inasema nini halafu nimwone mwanangu.

6

LULU: Huwezi kumwona.

ABU: Siwezi kumwona? Kwa nini?

LULU: Barua imesema ...

ABU: (*Anairukia barua kutaka kuinyakua mikononi mwa muuguzi. Muuguzi anadaka.*) Usiniambie barua, barua. Barua kitu gani?

LULU: Hei! Hei! Mzee, usielekeze hamaki kwangu! Kumbuka sikuhitaji kukueleza haya yote. Sisi tumepewa amri na mahakama tusikuruhusu kuingia wadi hiyo. Hatuwezi kuipuuza amri hiyo. Tukiivunja sheria tutakuwa mashakani.

ABU: Mwanangu? Damu yangu? Sina ruhusa kumwona?

LULU: Hayo ni yako na mkeo myatatue.

ABU: Miaka sita tangu azaliwe nimekuwa nikimwona hapa hospitalini. Leo mnaniambia siwezi?

LULU: (*Akimsogea.*) Hakuna tunaloweza kulifanya sisi. Ningekuomba uache kuteta ufanye yaliyo muhimu kwa sasa.

ABU: Unataka nifanye nini? Niukunje mkia wangu niukalie?

LULU: Ungeniuliza nikuelezee masharti mengine yaliyotolewa na mahakama.

ABU: Kwani kuna mengine?

LULU: Mazito zaidi Mzee Abu. Sijui kama utaweza kuyapokea na hiyo hasira yako.

ABU: Mambo gani hayo?

LULU: Nitakueleza ikiwa utanihakikishia hutaleta vurugu hapa hospitalini. Ukivuruga mambo walinzi watatekeleza wajibu wao Tunaelewana? Tunaelewana hayo? Ningependa kukusaidia kimawazo lakini nakuomba usilete vurugu. Twaelewana? (*Anamkaliza kitini.*)

ABU: Wewe unajua sijakosa kuja kumwona mwanangu kwa miaka hiyo sita.

LULU: Najua hayo yote …

ABU: Nikiwa na pesa ninakujanga. Nikiishiwa marafiki wananisaidianga na ninafika; kuwe na jua kali ama elo nino; hata wakati wa bomu mjini nilikuja. Mama yake tangu kuondoka kwangu si anakujanga mara chake tu?

LULU: Mzee, kuna mambo mengi unayopaswa kuyashughulikia kwa haraka. (*Kimya kidogo.*) Uko tayari kuyasikia?

ABU: Wewe sema tu.

LULU: Lakini kumbuka ahadi …

ABU: Wee endelea.

LULU: Mipira ya kumlisha mwanao imeondolewa kutokana na amri ya mahakama hivyo basi baada ya masaa arobaini hivi …

ABU: Mungu wangu! Mungu wangu! Shetani gani … (*Abu anakimbia kuelekea wadi. Lulu anamfuata na kumkinga. Wanang'ang'ana hadi mlinzi anafikia na kumsaidia kumwondoa Abu ambaye anaendelea kuteta. Lulu anarudi.*)

LULU: Maskini Abu. Nasikitika kumwondoa hivyo. Nani asiyekerwa na amri hii ya mahakama? Lakini lazima tuyajali maslahi ya wagonjwa wote. (*Anaelekea wadi.*)

Mwangaza unapungua na kumwangazia mchezaji ngoma anayeendelea kujigaragaza, kujivingirisha na kutambaa. Anatoka.

ONYESHO LA PILI

Taa zinawaangazia wacheza dansi watatu wa mtindo wa kupatanisha. Wanacheza kwa nguvu na kasi kutoka upande mmoja wa jukwaa hadi mwingine. Taa za jukwaa zima zinawaka tena katika mandhari ya klabu. Chini kwa chini mdundo wa ngoma unasikika. Watu watatu waliovaa mavazi ya kisasa wamekaa mezani wakipiga gumzo na kubugia vinywaji. Ua la waridi lililowekwa ndani ya chupa liko katikati ya meza na weita anawahudumia wateja.

WEITA: Mmekifurahia chakula chenu leo?

TOSHA: Naam. Lakini mbuzi akazidisha moto kidogo.

WEITA: Pole sana. Nitamjulisha mpishi awe makini zaidi kesho.

TOSHA: Mnapaswa kufahamu mahitaji yetu barabara; tumekula hapa kwa siku nyingi.

WEITA: Tuwieni radhi. Niwauzie vinywaji vingine?

TIJEI: *Code Red* baridi. *Sweetie* ungependa nini?

RITA: Nichagulie leo.

TIJEI: Jaribu *wine*.

RITA: Lakini siyo ile *Red wine* ya jana. Sikuipenda. Yaitwaje tena?

TIJEI: *Cabernet Sauvignon*. Ni mvinyo unaohitaji *time* mpaka u-*acquir*-e *taste* yake. Basi jaribu hizi *local* pengine...(*Anaiangalia menyu.*) Aaaa! *Champagne!!* Tusherekee ushindi wetu leo.

RITA: Ndiyoooooo!

TIJEI: Kwanza tuletee chupa ya *champagne* na glasi tatu.

TOSHA: Nitamtumia hakimu na karani wake chupa yake na kadi ya shukrani kwa uamuzi bora. Pengine tumnunulie hiyo Kabarnet Kamvinyo yako …

TIJEI: *(Anacheka kwa nguvu sana.)* Eti umeiitaje?

TOSHA: Kabarnet Kamvinyo?

TIJEI: *(Anacheka zaidi.)* Usinivunje mbavu. Eti Kabarnet Kamvinyo. *(Anacheka zaidi.)* Unaifanya isikike kama ni kamvinyo kalikuwa *manufactured* kule mjini Kabarnet. Hiyo *classic, da bomb, men!* Sikujua uko *that funny.*

TOSHA: Si umeiita hivyo pia?

TIJEI: *You mean* ulikuwa *serious?*

TOSHA: Umeniona nikiyakenua meno?

TIJEI: Ni Ka-bar-nei So-vi-nyo. Kifaransa, *bro.*

TOSHA: Kifaransa, Kigiriki, au Kimayai, sijali mtakavyoiita. Kabarnei, muratina, Waragi, gongo au mnazi, tofauti ni bei tu. Lakini hiyo yako inasikika ina *class* na hakimu huenda akaipenda *(Anamuigiza hakimu.).* Ooooh! Kuna nini hapa! *(Anaigiza kuifungua zawadi.)* Salala. Mvinyo! Kabarnei Sovinyo! Hahahaha. Inatengenezewa wapi? Jameni! *(Anaagiza kuifungua na kuionja.)* Hmmmm. Si mbaya. Na kadi. *(Anaifungua na kubugia kiasi.)* Aaaaaaaaaa, kituliza misuli. Ninaipenda kazi yangu. *(Anakunywa zaidi na kucheza dansi kidogo.)*

TIJEI: Hakuna haja ya zawadi, huenda ikaonekana kuwa *bribe.*

TOSHA: *(Anacheka.)* Aisee umekaa ng'ambo sana.

RITA: Usiwe na wasiwasi, Tijei. Abu hataweza kuhimili dhoruba itakayomkabili. Dau la mnyonge …

TIJEI: Ni bora tuzingatie sheria kwa kila njia *otherwise* mipango ya uhamiaji huenda ikasambaratika.

RITA: Sheria tutaitilia maanani. Usiwe na wasiwasi. (*Simu ya mkononi ya Tijei inalia na anachepuka kidogo.*)

TOSHA: Sikiza! Ni muhimu tumhakikishie Tijei tunafanya yote kihalali.

RITA: Sawa.

TOSHA: Akikuwezesha kupata makaratasi ya ng'ambo sote tutanufaika. Hapaswi kujua jinsi karani wa mahakama alivyotusaidia kupata hiyo amri ya hospitalini.

RITA: Siri zetu ngapi nimefungia moyoni? Sasa ndiyo nimegeuka kuwa mbunge wa eneobunge la Uvumi ya Kati, Mheshimiwa Domokaya. (*Wote wanacheka.*)

TOSHA: Mwizi wa miwa, Domokaya. (*Wanacheka.*)

LULU: CGH, EGH

TOSHA: TKK na TT

LULU: TT? Hiyo mpya.

TOSHA: Tuchague Tujitajirishe (*Wanacheka.*) Natumaini hutabadilisha nia ufikapo majuu.

RITA: Tumeogelea bahari hii pamoja kwa muda gani? Unafikiri nifikapo Kanaani nitasahau Misri?

TOSHA: Umesahau wale wanaopuuza familia zao punde wapatapo utajiri na hadhi?

RITA: Mimi sio wao na wao sio mimi.

TOSHA: Mradi wa hospitalini ukifaulu tutakuwa tumeshinda bahati nasibu kubwa. Fidia ya bima ya maisha ya mtoto ni donge nono.

RITA: Lakini pesa zenyewe hazi …

TOSHA: Sikiza hapa. Tijei ana uraia ng'ambo. Ukihamia huko, tumeshinda bahati nasibu! Kazi nzuri, mijikopo na hata biashara yetu ndogo ya Dubai itakuwa *International Inc.* Unafikiri Abu anaweza akaivuruga mipango yote?

RITA: Sidhani. Mnyonge sana. Ingawa alizileta mbuzi za mahari hatuna cheti cha ndoa. Huenda ndoa ikabatilishwa na cheti kipya cha ndoa. Nani anaweza kuamini kuwa mimi nilioelewa na kajizee hakawezi kujinunulia viatu.

TOSHA: Kweli.

RITA: Lakini … (*Kimya kidogo.*)

TOSHA: Nini?

RITA: Kampuni ya bima lazima ifanye uchunguzi kabla ya kuzitoa donge. Pia bado sipendi lile wazo la kuacha kumlisha mwanangu. Ninasononeka. Fimbo ya mnyonge hulipwa na Mungu …

TOSHA: Rita, Rita, Rita. Tumeyazungumzia haya mara ngapi? He! Tumeyazungumzia mara ngapi? Bila ujasiri utabaki mnyonge. Unataka kujikomboa? Unataka kuikomboa nafsi yako? Unatamani kupata uhuru? Au unataka kubaki umekandamizwa? Abu hana elimu au ujuzi wa kushtaki au kukata rufaa. Kumbuka hata mengine hajapata kuyajua. Watu wa bima wembe ni ule ule ulomnyoa hakimu.

RITA: Si hayo tu. Usisahau mimi mamake Boi. Uchungu wa mwana niujuaye ni mimi mzazi. Sssssshhhhhh! Yuaja!

(Tijei arudi kitini na kuketi.)

TIJEI: Simu kutoka ng'ambo.

RITA: Majuu hawajambo?

TIJEI: Hawajambo. Ninahitajika huko kusudi niishughulikie mikataba mipya ya kibiashara. Tusipoweza kuikamilisha mipango yetu haraka tutaimaliza wakati mwingine …

RITA: Yote yatakamilika hivi karibuni.

TOSHA: Ukisikia yule dada mwimbaji, Sade, akimwimbia *Smooth Operator* usiende kumtafuta mbali, ukiyafungua macho hutakosa kumwona *(Anajinyoshea kidole.)*

RITA: Tosha nawe wapenda kujitapa. Wajua huyo *Smooth Operator* kwetu aitwa *broker* au *Karubandika* … Mitaani suti mitumba, akijidai kuwa mkurugenzi, lakini akiingia baa kazi yako kuomba bia na sigara.

TOSHA: Sijali utakavyotuita, sisi kiboko yenu.

TIJEI: Ningefurahi kupata hati na malipo zaidi niweze kulisukuma zaidi suala la uhamiaji kwa haraka.

RITA: Usiwe na wasiwasi, nitaongezea malipo kesho.

WEITA: Champagne ndiyo hii na glasi tatu. Kuna kitu kingine mnachokihitaji?

TOSHA: Pengine baadaye. *(Wanatakiana heri kwa glasi za champagne.)*

Bendi inaanza kuporomosha muziki na Tijei anamnyoshea Rita mkono, wanasimama na kucheza. Tosha anabaki mezani akipiga simu. Tijei na Rita wanaendelea kucheza.

ONYESHO LA TATU

Mcheza ngoma ya miondoko jukwaani anacheza polepole. Mdundo wa ngoma unaambatana na mwendo wake wa kusonga mbele na kurudi nyuma. Anatoka. Mwangaza unapungua na taa inaangazia upande wa kulia wa jukwaa. Abu ameegemea ukuta anajaribu kutoa kijiwe kutoka kiatu chake. Anatembea kuelekea upande wa kushoto. Anasita kidogo.

ABU: Sasa niwaulizeni ninyi mnaoyaelewa mambo haya vizuri, ikiwa hospitali haiwezi kunisaidia si ungedhani polisi wanaweza? Mimi pia. Nilidhani hivyo. Eee!?! Kama si polisi basi nani? *(Anapiga hatua.)* Jeshi? Hapana! Kuingia kambi yao ni shida. Ji esi o? La, hao wanavunja kila kitu. Walivunja miguu ya mbuzi wa Wang'ondu walipokuja kumtafuta kijana wake. Ama pengine wale watu wa mulika mwizi? Wao ni polisi? Lakini nafikiri ni polisi wenye uwezo. Ama mwaonaje? Si wana uwezo wa kuzuia uhalifu? Utumishi kwa wote. Miguu Myeusi. Hatari kwa usalama. Karao. Fanya fujo uone. Na wanasema hawawezi kumwokoa Boi wangu kutokana na uhalifu huu. Afande, Boi wangu anauawa, nikamwambia kule stesheni. Wameacha kumpatia chakula; mipira yake ya chakula imetolewa; na mimi nimekatazwa kumwona. Mimi, Abu, babake Boi, ninakatazwa kumwona mwanangu na wanataka kumuua. Afande, fanyeni kitu. Tumieni uwezo wenu. Toa amri hospitali isimuue Boi. Mkamateni Rita. Zuieni uhalifu huu. Ni mauaji ya mtoto asiye na hatia. Amekosa nini? Kwa nini wanamtesa? Mtoto asiyejiweza. Hana hata hatia mbele ya Mungu. Mbona mahakama ikamhukumu kifo? Afande, huoni uhalifu huu? Afande, akaniuliza maswali kochokocho. "Mbona umekatazwa kumwona mtoto wako?" Hila yake Rita. "Mtoto amepigwa? Unahitaji P3?" LA!

16

"Alilazwa lini?" Tangu alipozaliwa. "Kwani anaugua wapi?" Daktari aliyemzalisha alifanya makosa yaliyosababisha ubongo wa mtoto kuingia maji au kitu kama hicho. Nikafikiri maswali haya yote yatazaa matunda mema. Ukweli nikampa afande. "Unafikiri atatoka hospitalini lini?" Ningekuwa na uwezo, leo au kesho. Lakini ni hadi pale Mungu ataamua. "Nani amlipia gharama ya hospitalini?" Bima na pesa ambazo mahakama iliamrisha hospitali alimozaliwa imlipie. Akaendelea kuandika. Akaandika zaidi. Ukurasa mmoja. Mbili. Akaandika. Nikasubiri hukumu. Nikajua afande ana hisi za baba mtu na tutaandamana ndani ya 99 kumwokoa Boi. Afande akasimama na kunieleza: "Pole mzee hatuwezi kukusaidia. Hatuna uwezo kushinda mahakama. Kazi yetu ni kuona kuwa watu hawavunji sheria siyo kutunga au kufafanua sheria. Hukuhuko mahakamani ndiko amri hiyo itabatilishwa. Samahani hakuna sheria iliyovunjwa hapa na hatuwezi kukusaidia." Hakuna sheria ilivyovunjwa? Mtoto wangu anauawa na hakuna sheria iliyovunjwa? Waache kumpa chakula na hakuna sheria iliyovunjwa? Mtoto asiyejiweza anauawa kwa kunyimwa chakula na sheria haijavunjwa? Sielewi … sielewi … sifahamu. Nikamkumbusha hii ni wikendi ndefu kwa shauri ya sikukuu ya Krismasi na mahakama huenda imefungwa na mtoto hataweza kufikisha siku ya mahakama. "Ninasikitika hatuwezi kuingilia kazi ya mahakama. Bora utafute wakili akupe ushauri mwafaka."

Mlio wa ngoma unazidi nguvu. Abu anaelekea upande wa kushoto wa jukwaa akiwa amekiinamisha kichwa. Anapofika mwisho wa jukwaa anageuka na kuelekea upande wa kulia. Sauti ya ngoma inaendelea na taa zinafifia Abu anatoka. Mcheza ngoma anaendelea kucheza.

SEHEMU YA PILI
ONYESHO LA KWANZA

Ukumbi wa hoteli. Shughuli za kawaida zinaendelea. Anaingia mwanaume wa makamo akiandamana na msichana. Wanaangalia huku na kule na punde mwanamume aliyeketi anawapungia mkono.

TIJEI: Welcome. Karibuni sana bwana-a …

TINDO: Tindo! Huyu ni binti yangu Supuu.

TIJEI: *Hello* Supuu.

SUPUU: *Hi.*

TINDO: Bila shaka wewe ndiye tuliongea kwa simu, sauti naitambua…

TIJEI: Ehe! Tijei ni jina langu.

TINDO: Ninashukuru.

TIJEI: *Nice to meet you.* Karibuni mkae. *Am sorry* hatungeweza kukutana ofisini mwetu iliyoonyeshwa gazetini kwa vile mafundi wanaifanyia *renovations.*

TINDO: Hapa pia panafaa.

TIJEI: Hoteli hii ni ya *my friend;* yeye hukaa kwangu kila akija biashara ng'ambo.

TINDO: Si hii hoteli ya Chris, yule mwenye kumiliki mijihoteli ya *Paradise* na *Euphoria,* pamoja na jumba la *Al Internationale?*

TIJEI: *Personal friend!* Anaturuhusu kuifanyia biashara yetu hapa. *(Anamgeukia Supuu.) Prepared to study abroad,* Supuu?

SUPUU: *Yeah!*

TIJEI: Umeyafikiria masomo ng'ambo.

SUPUU: Yeah! *Medicine* au *Law* ni poa.

TIJEI: *Excellent!*

TINDO: Supuu amepata mialiko kusomea vyuo vikuu ng'ambo lakini hajafanikiwa kupata visa. Sijui kwa nini humnyima visa.

TIJEI: Nimewasaidia wengi ambao wamekuwa *frustrated* na *embassy*. Ni muhimu kuwa na mabawa ya matumaini na kuruka *wherever dreams* zako zitakakokuelekeza.

TINDO: Kweli.

TIJEI: Wajua shida yetu ni kukata tamaa haraka. Kila tukipata kikwazo tunakuwa *frustrated* na ku-*give up*. Vikwazo katika barabara ya maisha si vizuizi mbali viunzi vya kutuwezesha kuzua *new strategies* na kuruka mbele zaidi.

TINDO: Nakubaliana nawe kabisa.

TIJEI: Nashukuru mmeichukua mbinu ya pili.

TINDO: Kwa hivyo wewe unaishi humu ama ng'ambo.

TIJEI: *Diaspora.* Nina *citizenship* na biashara zangu zinastawi sana. Si katiba mpya tumepitisha na *dual citizenship* tukapata. Ninawasaidia watu wetu kupata fursa kama ile niliyoipata. Nitakuwa hapa *briefly* kisha nirudi kuendeleza biashara zangu.

TINDO: Utaweza kutusaidiaje ili Supuu apate visa?

TIJEI: Mtanipa nakala za hati zake na vyeti.

TINDO: Malipo nayo je?

TIJEI: Sitaki kutilia mkazo malipo, lakini shughuli hii inanigharimu pesa na wakati. Tuseme unaweza kulipa kwa *installment* mbili: Nusu ya kuanzia na nusu baadaye. Lakini ikiwezekana, malipo yote huharakisha mambo. Mti hausongi ila kwa nyenzo.

TINDO: Mtenda jambo asishe ni kama asiyetenda. Nitakuletea malipo yote kesho kusudi tukamilishe yote mapema. Tayari amefanya TOEFL na SAT na tayari ana I-20 na barua ya mwaliko kutoka chuo kikuu huko.Visa tu ndiyo imebaki.

TIJEI: Afadhali uzitume pesa kwenye akaunti yangu. (*Anampa kikaratasi.*) Utazipata habari zote za malipo na jinsi ya kuzituma pesa hizo hapo. Ukiwa na swali lo lote, *don't hesitate.*

TINDO: Waweza kupunguza gharama hii kidogo?

TIJEI: Kwa kawaida sipunguzi lakini wewe nitakupunguzia.

TINDO: Tunakushukuru. (*Anampa karatasi.*) Hizi hapa ni namba zangu za simu na hii kadi ina namba za mamake Supuu.

TIJEI: (*Akiangalia picha iliyoko kwenye kadi.*) Mkeo?

TINDO: (*Akisisitiza.*) Mamake Supuu. Usiponipata unaweza kumwachia ujumbe, atanijulisha.

TIJEI: *Gotcha.* (*Anasimama na kumgeukia Supuu.*) Supuu, ndoto yako ya masomo ya juu ipalilie na inyunyizie matumaini.

SUPUU: Sawa.

TINDO: Nitayatimiza tulioahidiana. Tuonane hivi karibuni.

TIJEI: Haya kwaherini. (*Tindo na Supuu wanaondoka. Tijei anarudi katikati ya jukwaa na kuiangalia kadi aliopewa.*) Jameni, macho yananidanganya

ama vipi? (*Anakiangalia kijikaratsi tena.*) Huyu!
Huyu ni yeye? Ama pengine ni mtu mwingine?
Lakini jina na sura ifanane hivyo? La hasha!
Lazima! Lazima! Mbona moyo
ukanidundadunda kama ilivyokuwa miaka ya
nyuma nilipoiona sura yake? Mbona magoti
yangu yakalegalega na nikahemahema kila
niangalipo sura hii. Helena! Ni wewe? Sadfa
iliyoje?Ni miaka mingi tangu tuachane.
(*Anasafisha koti.*) Ehehehe! Tuachane!?! Tijei
hilo neno linafaa kweli katika mktadha huo?
(*Anainyosha shati na kuchekacheka.*) Hehehehe,
hapo tumeenda mrama kidogo. Regesha gari
nyuma kidogo kimsamiati. (*Anaashiria mwendo
wa dereva akiiregesha gari nyuma.*) Hapo!
Kanyangia papohapo! (*Anauwekelea mkono
upande mmoja wa kinywa na kunong'oneza.*)
Aliponiacha!! (*Anaendelea kwa sauti ya
kawaida.*) Ni vigumu kuamini ukweli huu katili.
Jameni, nilimpenda kwa moyo wangu wote.
Sikuyajali mengi. Maadam niwe karibu naye na
niione sura hiyo, roho ilitulia. Alijua nampenda
na nilidhani ningemuoa. Lakini pale msituni
wakwenzi wajuzi ni wengi nami nilikuwa tu
mwanagenzi. Siku hizo sikujua kulisakata boli
vilivyo. Mithili ligi ya kijijini. Mshambulizi lango
asiyeweza kuipenya ngome. Lakini nione mimi
sasa (*Anaigiza kuupepeta mpira kwa ustadi.
Anaimba.*)

Sasa mina mina, eh eh
waka waka, eh eh
sasa mina mina tutaelea
it's time for Tijei.

Mimi si Drogba, Mariga, Roger Milla, au Etoo;
lakini ukiwachanganya wote kuwa mtu mmoja;
ndio mimi sasa! Nacheza ligi ya kimataifa
kimapenzi na kibiashara. Mchezaji wa kulipwa
donge nono. Ningalikuwa mwanasoka
ningekuwa mshambulizi hodari zaidi sasa.
Haya, tuliza boli Tijei na tumsakatie Helena
kwa madaha na madoido (*Anaigiza ustadi wa
kupepeta boli.*) Lakini akiwa hataki kucheza?
Potelea mbali wazo dhaifu. Prrrrrrrrrrrr! *Red
card!* Nje! Nitajuaje nitamwona tena.
Nikipatikana na kutumbukizwa ndani tena
katika nchi ngeni … tucheze boli. Sitaogopa
kula mkate kwa kuogopa kiungulia.

*Anazinyosha nguo na nywele. Anatoa simu ya
mkononi na kuipiga. Mwangaza unapungua.
Mbele ya jukwaa mcheza ngoma anaingia
akicheza ngoma ya furaha. Anaruka, anarusha
miguu, anajivingirisha kutoka sehemu ya kulia ya
jukwaa kuelekea kushoto.*
(Taa zinafifia)

ONYESHO LA PILI

Kutoka upande wa kulia wacheza ngoma wanaicheza ngoma ya mahaba kwa utaratibu. Ngoma nyororo inaandama na mienendo yao. Wanacheza na kutokea upande wa kushoto. Taa za jukwaa zima zinawaka. Hotelini. Tosha amekaa mezani iliyoko pembeni akilisoma gazeti. Kila baada ya dakika chache anaiangalia saa yake na kutazama mlangoni. Punde Rita anaingia na Tosha anampungia mkono. Rita amevalia kofia ya michezo na miwani myeusi.

RITA: (*Akiitoa miwani ya jua.*) Nililiona gari kama lake limeegeshwa nje nikasita kuingia …

TOSHA: Ningekutumia *text* ningalimwona. Leo umemtolea hoja gani?

RITA: Aliondoka akasema aenda shughuli za kibiashara.

TOSHA: Na akirudi kabla hujafika?

RITA: Haitakuwa mara ya kwanza; mwepesi wa kushawishi.

TOSHA: (*Akicheka.*) Simba aliyenyeshewa? Hawa hashindwi kumhadaa Adamu.

RITA: Usiseme hivyo na jinsi ninavyofuata mipango yako yote unayoizua, *smooth operator*! Kumbe hudhamini juhudi zangu…

TOSHA: (*Anamtuliza na anambusu mkono.*) Aaaaa! Utani tu, Rita.

RITA: Utani gani kusema ninamhadaa. Unafikiri ninafurahia sana maisha haya ya ndumakuwili ?

TOSHA: Rita, Rita, Rita! Mbona mwepesi sana leo? Nini cha mno?

RITA: Nina shaka ikiwa mipango itaenda kama tulivyokusudia.

TOSHA: Kwa nini?

RITA: Tijei ataondoka hivi karibuni, cheti cha talaka bado, malipo ya bima ya mtoto bado, hata hatuna hakika hospitali inafuata maagizo ya mahakama.

TOSHA: Cheti cha talaka kiko tayari.

RITA: Kweli?

TOSHA: Tukitoa kiwango cha fedha kinachohitajika kesho tutakipata.

RITA: Sahihi ya Abu haihitajiki?

TOSHA: Wapo watalaamu. Kikwazo cha pekee ni pesa taslimu.

RITA: Akiba niliyoiweka ya kuyanunua matuta mengine ya mitumba inadidimia haraka.

TOSHA: Biashara yo yote inahitaji uwekezaji …

RITA: Ajabu sana kuwa wewe waiona kuwa biashara.

TOSHA: (*Akimshika na kumpapasa mkono.*) Rita, siyo biashara vile unavyofikiria.

RITA: Umesema wewe mwenyewe …

TOSHA: Rita, biashara ni neno mbaya. Wajua ninavyokupenda tangu tukiwa wadogo.

RITA: Kama wanipenda kwa kweli hungaliondoka na kuniacha …

TOSHA: Rita! Nimekuelezea mara nyingi. Ningewezaje kuhimili vitisho vya wazazi wako? Kijana maskini anayemharibia maisha mtoto wao.

RITA: Ukaniacha kukabiliana na mateso hayo peke yangu. Nikitumaini ungenikinga dhidi ya dhuluma ya wazazi wangu. Ukanivunja moyo, nikashuka hadhi hadi kiwango cha kuolewa na mume nisiyempenda …

TOSHA: Mume mwenye mali, mwema, na mpole kama walivyotamani.

RITA: Bila hata kujali maoni yangu na ndoto zangu maishani.

TOSHA: Ndiyo maana ukajaribu kutoa mimba?

RITA: Hata. (*Kimya kirefu.*) Nilijaribu kulitibu jeraha la moyoni kwa kufanya kazi shambani na nyumbani kama mtumwa. Pengine hivyo nikaidhalilisha mimba. Na uchungu wa kusalitiwa nawe.

TOSHA: Rita, wajua nilivyodharauliwa na jamaa yako.

RITA: Najua. Lakini kipendacho moyo dawa.

TOSHA: Amen. Hata hukunitambua tulipokutana mjini.

RITA: Ilikuwa sijakuona kwa muda mrefu.

TOSHA: Ulikuwa umenisahau …

RITA: Nilikuwa nimezama lindi la kufanya kazi na kumtembelea Boi hospitalini. Sikuyafikiri mengine.

TOSHA: Nilishukuru kukuona tena na kujua hukunichukia.

RITA: Usiwe na hakika na usijidanganye. Nilimchukia kila mtu. Wewe, zaidi kwa kuliniacha nilipokuhitaji. Msamaha sikukusudia.

TOSHA: Lakini …

RITA: Sijui ilikuwaje hasira na chuki ilitoweka uliponizungumzia pale mjini. Kiinimacho au nini ?

TOSHA: Upendo, Rita. Ninafikiri mapenzi yetu yalizidi kukua tulipotengana.

RITA: Ninashukuru siku hiyo nilianza kufikiri kuna

uwezekano kuikata minyororo iliyonifunga.
Nilianza kuota upya ndoto zangu ya ujana.

TOSHA: Tukimaliza mradi huu nitakupeleka safari ya mahaba hadi visiwani.

RITA: Visiwani? Hmmmm! Usinipumbaze na ndoto zako za ujanani tena.

TOSHA: Haki nakuahidi tena.

RITA: Wangu yuleyule aliyeniahidi mbingu na kuniacha nikitokota jehanamu?

TOSHA: Nilikuwa kijana. Sikuwa na uwezo.

RITA: Lakini hili fahamu wazi: Sitakuwa mkeka wa kujipanguzia matope kwa mtu ye yote tena. Rita mnyonge ni ngoma ya kale. Haki nakuambia.

TOSHA: Woooo! Yaelekea hutaniamini tena milele?

RITA: Nyumba usiyolala ndani huijui ila yake.

TOSHA: Kweli. Nitakupeleka Ushelesheli. Tutaogelea bahari, tupunge upepo mwanana.

(Taa zinazima kidogo na muziki mwororo wa chini kwa chini unasikika. Mwangaza wa rangirangi unatanda jukwaani. Sauti za mawimbi yanayovuma zinasikika na tunaviona vivuli vya watu wawili wakicheza ufuoni. Wanakimbizana huku na huku na kuangushana, kujigaragaza, kuogelea kidogo, kukumbatiana na kubusiana kwa muda mrefu. Muziki, ambao sasa ni mpigo tu wa ngoma, unazidi kasi na taa zinamemeta zaidi. Ghafla muziki unazimika. Taa zinawaka kwa kawaida. Tunawaona Rita na Tosha wakiendelea kupeana busu. Weita anawazungumzia na wote wanashtuka.)

WEITA: Niwieni radhi. Saa za kuifunga hoteli zimepita jameni.

RITA: Looo! Sikujua …

TOSHA: Samahani. (*Akitoa pesa.*) Unatudai ngapi?

WEITA: Shilingi mia tisa na hamsini. (*Azichukua pesa na vyombo vilivyo mezani.*)

RITA: Fanya hima uniepushe dhima hii ya ndumakuwili. Maisha haya ya kiruka njia yananidhalilisha moyo. Nasononeka sana. Lakini sitokusamehe ukinipumbaza tena na ndoto zako za peponi.

TOSHA: Vumilia kipenzi. Fikiria kiasi tutakachopata kutokana na bima; uwezekano wetu wa kuiendeleza biashara yetu ng'ambo.

RITA: Ningetamani kujua kilicho moyoni mwa mwanangu. Sijui hata kama ananitambua. Sijui iwapo angependelea kuishi hivyo hadi siku yake itakapofika. Sijui kama tunamdhulumu kuendeleza uhai wake kwa kutumia teknolojia ya kisasa.

TOSHA: Tusipoyaganga yajayo daima tutalemewa na minyororo inayoendelea kutuvuta nyuma. Uliyoaamua ni kwa mapenzi ya mwanao na angekuwa na fahamu angekushukuru kwa ujasiri wako.

RITA: Macho yangu yanacheka lakini moyo unalia. Kuondoa uhai ni kutenda dhambi.

TOSHA: Jikaze kizabuni. Ni heri ulizibe pengo …

RITA: Sidhani jino la pembe ni dawa ya pengo.

Wanabusiana. Wanatoka. Mwangaza unapungua. Ngoma inalia. Mbele ya jukwaa mcheza ngoma aliyevaa kitamaduni anacheza polepole kutoka kushoto kuelekea kulia.

(Taa zinafifia)

27

ONYESHO LA TATU

Kutoka upande wa kulia wacheza ngoma wanaicheza ngoma ya mahaba kwa utaratibu. Ngoma nyororo inaandama na mienendo yao. Wanacheza na kutokea upande wa kushoto. Taa zinaangazia jukwaa zima. Hotelini. Tijei ameketi mezani iliyo karibu na dirisha na mara kwa mara anachungulia nje. Hatimaye anasimama na kuelekea mlangoni kumkaribisha mgeni wake.

TIJEI: Karibu sana!

HELENA: Asante sana, Tijei.

TIJEI: *(Akikivuta kiti kusudi Helena aketi.)* Have a seat!

HELENA: Asante. Nashukuru.

TIJEI: Lo! Miaka yote hiyo hujabadilika.

HELENA: Wapi wee! Bado hujaacha mizaha.

TIJEI: Ni kweli Helena. Mrembo na mchangamfu tangu siku za ujana.

HELENA: Aaa! Nimezeeka. Hebu kwanza niambie uliipata wapi namba yangu ya simu.

TIJEI: *(Akicheka.)* Internet. Google.

HELENA: Kweli? Na mbona ukaitafuta na kunipigia simu?

TIJEI: Bado sijakata tamaa wala kufa moyo.

HELENA: Lakini ni muda mrefu sana, Tijei. Watoto, kazi, talaka …

TIJEI: Talaka. Mliachana na *Mr. Right* wako?

HELENA: Ninyi wanaume mkipata madaraka mnatamani nyumba za pembeni. Eti mpango wa kando. Hamjali tena afya na ustawi wa jamaa zenu.

TIJEI: A-aa-a! Usitujumlishe pamoja.

HELENA: Nionyeshe aliye tofauti.

TIJEI: (*Akijinyoshea kidole.*) Macho yako ya gololi hayapaswi kuangalia mbali (*Wanacheka.*) Uliponiacha macho yangu hayakumwona mwingine.

HELENA: Nani ambaye hayasemi hayo? Sikuona mwingine… silali… sili… ni wewe tu… hakuna zaidi…

TIJEI: Ni kweli, Helena. Sikusahau vile uliniacha bila …

HELENA: Nilikuwa kijana na nilitamani maisha tofauti wakati huo.

TIJEI: Mimi sikukupa nia ya maisha tofauti?

HELENA: Tijei, wewe kijana mtanashati kijijini. Tangu ujana fikra na ndoto zako umezielekeza kwenye

biashara. Kuuza na kununua hiki na kile. Kuwaletea vijana disko na vidio, ukawachezesha kamari, kusudi upate mapeni zaidi. Si ajabu ukapachikwa jina la utani *The Godfather*. Ikawa kila mazungumzo ni biashara. Ilionekana kwako kila kitu ni bidhaa yenye kukuletea faida au hasara. Yote haya yakakutenganisha na jamaa yako.

TIJEI: Walipinga niliyopenda kufanya. Walinitaka nichangie kuendeleza biashara za familia.

HELENA: Ulikuwa na nafasi bora kuyaboresha maisha kwa kuchangia ustawi wa jamaa yako yote.

TIJEI: Ninapenda uhuru na nilitaka kujitafutia utajiri wangu. Nilitaka kufanya niliyoya-*enjoy*.

HELENA: Kwangu miye, moyo na masomo yangu yakanielekeza kwingine: watu na mahusiano yao. Lakini bado nakumbuka mashairi ya kimapenzi uliyonitungia.

TIJEI: Bado nimeyahifadhi mashairi uliyoniandikia ...

HELENA: Kweli?

TIJEI: Hata barua zako zote ...

HELENA: Na mkeo hakupata kuzi ...

TIJEI: Sina mke.

HELENA: Talaka ama ujane?

TIJEI: Siyo talaka wala ujane. Sikuoa na sijaoa.

HELENA: (*Ameshangaa.*) Wacha mzaha weeee! Ewe ua la vipepeo wote mitaani.

TIJEI: Vipepeo wote? Nilimhitaji mmoja tu maishani, lakini akanivunja moyo.

HELENA: (*Anamwangalia kwa huruma.*) Usiseme hivyo Tijei.

TIJEI: Mzika pembe ndiye mzua pembe. Nakwambia ukweli. Tangu zama hizo nimekueleza ukweli lakini hukuniamini. Ukaondoka bila kuniaga. Baruapepe ukaacha kuzijibu. Simu huzichukui wala kuzijibu. Baadaye nikasikia umeolewa.

HELENA: Una hakika hukuoa?

TIJEI: Niliapa sitaoa. Moyo wangu haukuweza kuliziba bonde uliloliacha baada ya kuondoka.

HELENA: Niliyatamani zaidi maisha ya masomoni, kuhudumia jamii na

kustarehe na vijana wengine. Nilitaka kupata elimu na kufurahi nikiwa bado kijana. Maisha yalikuwa matamu (*Kimya. Anawaza. Taa zinazima na kuwaka tena. Tunawaona vijana wawili wakiburudika karamuni. Baada ya kucheza dansi kwa muda waondoka.*) Mtoto wa kwanza akabisha hodi. Tukamkaribisha. Masomo yakaegeshwa pembeni. Ndoa tukaifunga (*Tunaiona sherehe ya arusi ikiigizwa jukwaani.*) Tosha hakutosheka na maisha yake ya ubarubaru…(*Tunamwona mtu akibisha mlango. Jogoo anawika. Mwanamke anaamka na anaenda kufungua mlango. Anaingia mwamume amezibeba chupa za mvinyo huku anayumbayumba. Wanaelekea kuzungumza na mwanamume anamsukuma mwanamke anaanguka.*)

TIJEI: Pole! Mkamia maji hayanywi, akiyanywa humsakama. Hungeyapata yote haya kama hungaliniacha.

HELENA: Yaliyopita si ndwele ninayaganga yajayo.

TIJEI: Kuolewa tena.

HELENA: Sidhani.

TIJEI: (*Anamsongea na kumshika mkono.*) Kwa hivyo kuna matumaini.

HELENA: (*Anacheka na kuuondoa mkono wake polepole.*) Matumaini ya nini?

TIJEI: Ya mimi kupendeza upya …

HELENA: Tijei, tumetengana bado tukiwa vijana. Mambo yanayohusu uhusiano yanafaa kutiliwa maanani si kuyaendea kwa pupa. Sijui muda huo wote umekuwa ukiishi kwa njia gani au ukifanya nini. Dunia imebadilika na inafaa watu kuwa waangalifu wasije wakaangamia. Hii ni enzi ya ukimwi na …

TIJEI: Niangalie mimi ninakaa kama mtu mwenye kamdudu.

HELENA: A-a-a-a-a. Usinichukulie vibaya. Sisemi kuhusu wewe lakini ninalosema ni kuwa tunafaa tujihadhari. Hata wanaonekana kuwa wenye afya nzuri wanaweza kuwa na virusi hivyo. Ugonjwa hatari sana.

TIJEI: Ama una mchumba?

HELENA: Sitaki kuzungumza mambo hayo sasa. Awepo asiwepo si muhimu. Niliukubali mwaliko wako kwa vile ulikuwa rafiki yangu ...

TIJEI: Mpenzi ...

HELENA: (*Anacheka.*) Vile upendavyo.

TIJEI: Helena, ningependa tuhuishe urafiki wetu upya; ikiwezekana tuishi pamoja.

HELENA: Hayo mazito na yanahitaji mipango na utaratibu. Kwa sasa ninapigia debe haki za watoto wanaoathiriwa na talaka. Najua wangu alivyoathirika.

TIJEI: Una mtoto?

HELENA: Msichana mrembo anayeelekea chuo kikuu.

TIJEI: Lo! Maisha kweli huenda kasi.

HELENA: Nitaondoka sasa nikashughulikie simu ya dharura niliyoipokea kabla ya kufika hapa.

TIJEI: Simu ya dharura?

HELENA: Kutoka idara yetu ya huduma ya jamii na kanisa letu. Wanataka nisaidie kuishughulikia kesi ya mtoto aliye katika hali ya kuzimia tangu alipozaliwa. Mamake ameiamuru hospitali isite kumhudumia lakini baba mtoto anadai mtoto ana matumaini ya kupona.

TIJEI: Mbona mamake aichukue hatua hiyo?

HELENA: Hilo ndilo swali kuu?

TIJEI: Angemwacha babake amhudumie mtoto na yeye aendelee kuponda maisha.

HELENA: Siku hizi hakuna cha kuponda, ni kupondwa.

TIJEI: Kwa nini mama mtoto …

HELENA: Ninafikiri kiini ni malipo ya bima ya afya ya mtoto. Siku hizi watu wadhamini mali kuliko utu. Itanibidi niondoke nikamshughulikie mtoto huyo.

TIJEI: (*Anasimama.*) Naona una mengi na muhimu ya kuyafanya. Nashukuru uliukubali mwaliko wangu. Ningetamani kula chajio tena nawe.

HELENA: Naona tayari umenialika tena. Itategemea hali ya kazi.

TIJEI: Ninatumaini kukuona kabla sijaondoka kurejea ng'ambo.

Wanakumbatia kwa kipindi kirefu. Wote wawili wanatazamana kwa kipindi. Wanacheka. Tijei anataka kumkumbatia tena. Simu ya Helena inalia na baada ya kuongea kwa muda mfupi anaondoka kwa pupa. Tijei anaondoka pia. Mwangaza unapungua. Ngoma inalia. Mbele ya jukwaa mcheza ngoma aliyevaa mavazi ya kitamaduni anacheza polepole kutoka kushoto kuelekea kulia.

(*Taa zinafifia*)

ONYESHO LA NNE

Ofisi ya Kasisi. Kasisi na Abu wanaendelea na maombi huku muziki mwororo wa kidini unasikika. Mlango unabishwa.

KASISI: Karibu. (*Anaufungua mlango.*) Karibu. (*Anaingia Nesi.*) Ninashukuru umeweza kuja kwa haraka. Unamjua Bwana Abu ...

LULU: Ndiyo, kwa muda mrefu. Pole sana kwa kukuvurusha pale hospitalini namna ile.

ABU: Nimekusamehe. Ninachojali tu ni mwanangu. Boi amelishwa?

LULU: Bado.

KASISI: Lulu ni muumini wetu tunayemtegemea kwa mashauri ya kiafya. Mtoto yukoje?

LULU: Hajala wala kunywa cho chote kwa siku nzima. Hali hii ikiendelea atavipoteza viungo muhimu.

KASISI: Hawezi kuhamishwa hospitali nyingine atakakolishwa? (*Mlango unabishwa na Kasisi anamkaribisha Helena*) Karibu Helena.

HELENA: Samahani nimechelewa.

KASISI: Hujachelewa. Natumaini sikuivuruga mipango yako jioni hii.

HELENA: Niko tayari kuhudumia saa yo yote ninapohitajika. Chonjo daima.

KASISI: Najua uko chonjo daima. (*Akimwelekeza walipokaa Lulu na Abu.*) Huyu ni Lulu, muuguzi katika hospitali alikolazwa mtoto na muumini wetu. Na huyu ni Bwana Abu, babake mtoto (*Wanaamkuana.*)

KASISI: Helena anayashughulikia maswala ya watoto na jamii katika wilaya yetu. Ametushauri sana maswala yanayohusu watoto. Dhana ya utoaji uhai wa wagonjwa mahtuti inatukera sana. Tungependa kushirikiana nanyi wadau kumwokoa mtoto. Ushauri wo wote tutaudhamini.

ABU: Polisi waliniambia nirudi mahakamani. Lakini mahakama imefungwa hadi baada ya sikukuu.

KASISI: Idara yenu haina uwezo kuingilia kesi hii?

HELENA: Shida ni kuwa hatuwezi kuipuuza amri ya mahakama.

ABU: Hata kuondoa Boi hospitali hiyo?

LULU: Mamake pekee ndiye mwenye haki ya ulezi wa mtoto …

ABU: Hapana …

LULU: Kwa mujibu wa barua iliyotolewa na mahakama. Kwa hivyo ni mamake tu anayeweza kuamuru atolewe hospitali hiyo.

ABU: Mimi ni baba yake. Nina haki pia. Nimekuwa nikienda hospitali kumwona hata kuliko mama yake. Uliza nesi.

LULU: Ni kweli unayosema lakini mahakama ilikunyima haki kwa sababu gani?

ABU: Sijui! Wewe niambie. Kwa nini?

HELENA: Una maana hukuweko mahakamani kujitetea?

ABU: Sijui hata kesi ilikuwa lini au wapi? Ninajua tu maneno nilisikia kutoka kwa Lulu.

KASISI: Hmmmmmmmmm! Iweje hivyo? Mzazi mmoja anyimwe haki ya kumtunza mtoto bila kupewa nafasi ya kujitetea?

HELENA: Kwa kawaida sheria humpa kila mzazi fursa ya kusikizwa mahakamani kabla ya uamuzi kuhusu ulezi wa mtoto. Nashangaa babake mtoto hakushirikishwa.

ABU: Sikuambia na sikuulizwa …

HELENA: Kweli?

ABU: Haki ya Mu … (*Akimwangalia Kasisi.*) Pole.

HELENA: Ajabu. Si kawaida.

KASISI: Ndiyo kusema huo uamuzi basi …

ABU: Ni wa magendo. Pengine walimpa jaji kitu kidogo.

HELENA: Itanibidi nichunguze zaidi ili niweze kufikia uamuzi mwafaka. Lakini inavyoonekana kwa sasa, yaelekea kuna ukiuakaji fulani. Je, tunajua uamuzi ulitolewa na hakimu yupi?

LULU: Hakimu Chota Niyamue.

HELENA: Hmmmmm! Hakimu Chota Niyamue? Yule aliyeondolewa baada ya kashfa ya ufisadi miaka kadha iliyopita?

LULU: Ehe! Si mwingine! Lakini wajua ndugu yake alipewa uwaziri baada ya uchaguzi uliopita.

KASISI: Hivyo tuseme amri huenda ikawa si halali?

ABU: Si hala …

HELENA: Yabidi tuchunguze tusije tukamhukumu bila ushahidi. Lakini

anajulikana kwa utovu wake wa maadili.

KASISI: Hospitali ina jukumu la kutii amri isiyo halali ikiwa maisha ya mgonjwa yamo hatarini?

LULU: Uhalali wa amri ya mahakama hauwezi kuamriwa na hospitali.

ABU: Kwa hivyo mimi babake ninaweza kusema aendelee kulishwa?

LULU: Gharama ya kwenda kinyume na masharti ya mahakama inaweza kuwa kubwa mno kwa hospitali. Lililo muhimu sasa ni kuzua mbinu za kuhakikisha mtoto amelishwa leo au kesho. Masuala ya kisheria yataamuliwa mahakamani.

ABU: Kweli. Pengine Lulu aendelee kumpatia Boi chakula …

KASISI: Hatutaki kumtia mashakani. Lulu ametufanyia mengi mema. Ni muhimu tusishawishiwe kutenda dhambi na wale watendao dhambi.

LULU: Na tena kitendo cha kuirudisha

mipira hiyo kinahusu daktari, mwanalishe, na muuguzi.

HELENA: Je, kanisa inaweza kuhusika.

KASISI: Ikiwepo njia ya kusaidia. Ndiyo maana nikawaita tuyazuzuye haya.

LULU: Njia iliyopo huenda ikaonekana kuwa hadaa na nina shaka iwapo kanisa itakubali kushiriki.

KASISI: Ipi hiyo?

LULU: Kisingizio cha Yukaristi ya mwisho kama ilivyo kanuni kwa wagonjwa walio mahtuti. Yukaristi ya mwisho kwa njia ya mipira.

KASISI: Na wakirejelea swala la amri ya mahakama na haki ya mamake ya kutoa idhini?

HELENA: Hospitali gani itamzuia Kasisi kutoa Yukaristi ya mwisho? Sheria ya kimataifa ya watoto itakuwa upande wako.

LULU: Nina shaka ye yote katika hospitali atadhubutu kumzuia Kasisi kutoa Yukrasti.

KASISI: Yukrasti ni muhimu lakini mipango itaendelezwaje?

LULU: Kawaida Boi hulishwa kwa njia ya mipira. Pengine mipango ifanywe ili lishe muhimu iongezwe kisiri.

KASISI: Nitakuwa radhi kufanya hivyo na sina shaka Mungu atanisamehe. Lakini hospitali ikikataa hatuwezi kuwalazimisha. Lazima tuzue mbinu ya ziada.

HELENA: Kwa mujibu ya yale niliyosikia huenda ikawa amri iliyotolewa si halali. Hata hiyo barua huenda ikawa ni ya bandia...

ABU: Kweli! Ninajua wanaweza kufanya magendo.

HELENA: Pengine huenda tukawashirikisha polisi na kuubatilisha uamuzi hata kabla siku ya mahakama haijafika.

KASISI: Una ithibati ya kutosha?

HELENA: Tunaweza kufuata kanuni za upelelezi tunazofanya katika idara yetu. Nimearifiwa kuwa idara yetu tayari imeanza uchunguzi. Lakini ni muhimu kujua tunaweza kupata ithibati ya kutosha au tusipate.

KASISI: Kwa vile hili ni jambo la dharura, ni vizuri tufuate mipango yote. Njia moja ikishindikana, tufuate nyingine.

LULU: Ukikubali mpango wa Yukaristi, nitakupigia simu kukuarifu wakati

ambapo watawala wengi hawako na hakuna umangimeza wa kutatiza.

KASISI: (*Akisimama.*) Nawashukuru nyote kwa maoni yenu. Nitashauriana na Askofu wangu sasa hivi. Asiyeitikia vilio vya wanyonge naye aliapo hataitikiwa. Tuombeni. (*Wote wanasimama, kushikana mikono kwa duara na kuinamisha vichwa.*)

Mwangaza unapungua. Mcheza ngoma anacheza kwa nguvu na baada ya muda anatoka. Ngoma inasikika nje ya jukwaa. Taa zinafifia.

SEHEMU YA TATU
ONYESHO LA KWANZA

Mcheza ngoma anajivingirisha kwa kasi sana. Mara anaacha kucheza na kuendelea tena. Anatoka. Ndani ya gari. Tosha anaendesha gari mjini.

TOSHA: Siipendi hii miadi ya asubuhi na mapema … misongamano isiyoisha na … (*Anapiga honi kwa nguvu.*) Muone huyu naye (*Anaashiria.*) Unaenda wapi? Kichwamaji! Sijui kichaa gani huwapata madereva asubuhi … (*Anainua mikono.*) Nini tenaaaa? Matatu … nani alikwambia upitie kandokandoo … mnafikiri barabara ni zenu … pitaaaa! Lakini usizoee. Haya twende, twende, twende, kasa mwendo, kasa mwendo. Chandy Oktapasi usukani! … Ulimwengu mali yangu miye Oktopasi … Weeeeeee! Unaniomba nafasi. Hehehehhehe … huoni aibu nawe! Wewe na mkembe wako huwezi kuiheshimu Lexus yangu.
Hata kama hujui ni Lexus, angalau unaiona ni mini-SUV. Tena ukiyasoma mataa ya nyuma utaona ni RX 350. Hata ingawa ni ya kukodishwa, siyo tuk tuk kama hiyo yako. (*Anapiga honi.*) Haiya, husikii! Tuliza boli, mimi ni kiboko yako. (*Anaifungua dirisha haraka na kufoka.*) … ya kuku wewe! Pumbavu! (*Anaifunga dirisha.*) Unataka nikugonge kusudi niweze kukugharamia gari jingine … Umekula huu na hasara juu yake. (*Anachomoza kichwa nje na kuangalia mbele.*) Mbili, nne, sita, magari sita niipite hiyo raundabauti, kutoka hapa ni mteremko … nyweeee hadi hotelini … chukua Tijei, kisha tumchukue Rita.

Haya, unyo unyo twendeni … (*Anapiga honi.*)
Fanya hima! Kobe wee, songa kando. Safiiiiiiiii.
(*Anapiga mbinja. Anaendelea kwa muda kisha
anasimama. Tijei anaingia.*)

TIJEI: (*Anaketi na kuufunga mshipi wa abiria.*) Za
asubuhi?

TOSHA: Shwari. Wewe umekaa ughaibuni ukazishika
tabia zao kabisa.

TIJEI: Vipi tena?

TOSHA: Huchelewi hata dakika moja na ukiingia ndani
ya gari husahau

kuufunga mshipi.

TIJEI: Hata sisi tukiwa na mazoea tutaweza kutimiza
mengi na kuyaboresha maisha yetu. Hakuna
haja kupoteza wakati – *time is money!*

TOSHA: (*Anacheka.*) Kuboresha maisha kwa kuifunga
mishipa hii?

TIJEI: *Of course!* Hujui kutokeapo ajali wasioifunga
mishipa hujeruhiwa vibaya zaidi ama hufa zaidi
ya waliofunga?

TOSHA: Propaganda ya serikali.

TIJEI: Shauri yako! Utakapo-*realize advantages* za
kufunga mishipi utakuwa mahtuti hospitali
ama ukijaribu kuwakwepa watawala wa
Jehanam. Lakini sikuombei ajali rafiki yangu.
Umekwishamwona karani wa hakimu ?

TOSHA: Tayari! Pengine hakimu amekwishaibugia nusu
chupa kabla ya kufika kazini.

TIJEI: Hakimu mlevi?

TOSHA: Hukusikia kuhusu hakimu ambaye alikuwa
akiweka ithibati yo yote ya kileo haramu lakini
akawa amevipata vileo vya bure.

TIJEI: Loo! Mbona hizi *traffic jam* haziishi?

TOSHA: Upungufu wa nidhamu. Nitachukua hii njia ya mkato.

TIJEI: Misongamano ya magari utaipata New York, London, Paris, Jo'burg, Seoul, Beijing, kila *major city*.

TOSHA: Mwangalie huyu ! Sasa anaenda wapi? Unaendesha gari aina gani kule ughaibuni?

TIJEI: *Hummer H4.*

TOSHA: Woooiii! *Hummer*! Lo salala! (*Anacheka.*) Kweli umefika. Jameni, *Hummer*! Nipe tano (*Wanapigana viganja.*) Vile hata sijawahi kuliona. Naota siku nitakapolinunua langu.

TIJEI: (*Anacheka.*) Ni gari la kistarehe sana.

TOSHA: Kwa hivyo watu wengi wanalinunua huko?

TIJEI: Chunga huyo mwendesha baiskeli.

TOSHA: Namwona! Naona Rita ametusubiri kweli, yule pale mlangoni. (*Rita anakaribia. Tijei anatoka kumkaribisha. Wanabusiana. Tosha anaangalia kando. Tijei anamfungulia mlango wa gari. Wanaingia na kuendelea na safari.*)

TIJEI: Tuwie radhi, *honey*. *Jam* imezidi leo sijui kuna nini?

RITA: Si hoja! Vipi Tosha? Mbona umetulia kama maji ya mtungi?

TOSHA: (*Anaimba.*) *Traffic jam in the city* ... *peep, peep, paap, paap* ...

TIJEI: Wanikumbusha huo wimbo ...

TOSHA: Aliyeimba ni nani?

TIJEI: Sikumbuki lakini najua anatoka Caribbean ...

TOSHA: Caribbean! Bob Marley, Peter Tosh, Sean Paul. Siku nitafika huko watanitambua. Nikiwacharazia *flava* ya *kapuka*, *Mugithi*, *ohangla* na Reggae …

RITA: (*Anacheka.*) Hujaamka Tosha? Ndoto kibao! Mpango vipi leo? Mimi unibwage pale hospitalini. Ushamwona hakimu?

TOSHA: Tayari. Nikishawabwaga nitakuwa katika shamrashamra za hapa na pale na ye yote atakayenihitaji nitakuwa tayari kumchukua.

TIJEI: Mimi nitaanzia posta. Unibwage hapo. *Honey*, naona umefika. Nitakupigia nione ikiwa tutakula *lunch* pamoja lau sivyo tuonane baadaye.

RITA: Shughuli ndizo zitakazoamua. Tutaonana. (*Wanabusiana. Tijei anamfungulia mlango. Rita anashuka. Tijei anapanda.*)

TIJEI: Jana nilikutana na *my friend* ambaye hatujaonana kwa muda mrefu. Anashughulikia maswala ya watoto humu nchini.

TOSHA: Pengine huenda akatufaa.

TIJEI: Pengine! Lakini aliyoniambia yalinishangaza kidogo.

TOSHA: Yapi hayo ya kukushangaza? Eti watoto wanazaliwa wengi muno? Eti hatutumii njia za upangaji uzazi? Eti watoto mayatima wamezidi kutokana na Ukimwi? Eti wazazi hawazijali sana haki za watoto? Umekuwa wimbo sasa.

TIJEI: Eti anaishughulikia kesi ambapo hospitali imepewa amri na mahakama iache kumlisha mtoto mgonjwa ili mamake apate fidia ya bima na uhuru wa kuhamia … (*Gari linapigwa breki kwa ghafla. Tijei anasukumizwa mbele na* *mkoba wangu unaanguka.*) Aiseeee, mambo gani? Mbona wataka kutuua?

TOSHA: Niwie radhi, sikuwa nimeliona shimo hilo.

TIJEI: Shimo? (*Akichungulia nyuma.*) Hakuna *pothole* pale. Una kifafa au nini? *Jiiiiiiiiiz!*

TOSHA: Samahani! Wajua barabara zetu zimejaa *pot holes* hata wakati mwingine unafikiri zipo wakati hazipo. Ulikuwa unanieleza kuhusu rafiki yako. Anafanya kazi gani?

TIJEI: Mwana huduma za jamii. Helena, mtetezi mkuu wa haki za watoto. Umepata kumsikia?

TOSHA: Magazetini. Naona umefika. Tuwasiliane baadaye. Nipigie ukinihitaji.

TIJEI: Sawa. Tuzidi.

TOSHA: (*Anajisemea.*) Mambo gani haya tena. Kila nikitaka kujinyanyua tawi linavunjika. Haiwezekani. Sitokubali wakati huu. (*Anawaza.*) Lakini kwa nini akanieleza haya. Anajua ukweli wa mambo? Pengine yeye … hapana, haiwezekani. Ama yeye ni… inawezekana? (*Anafululiza na kuondoka jukwaa. Mwangaza unapungua. Mbele ya jukwaa tunakiona kivuli cha mtu anayetembea kwa kasi kutoka kulia kuelekea kushoto. Nje ya jukwaa ngoma inasikika.*)

ONYESHO LA PILI

Mcheza ngoma anajiviringisha kwa unyonge nayo ngoma inacheza kwa mwendo hafifu. Hospitalini. Wadi ambamo tunakiona kitanda cha mtoto.

LULU: Naam. Habari za asubuhi?

RITA: Salama. Ningependa kujua hali ya mwanangu.

LULU: Leo umefika mapema sana.

RITA: Nina hamu kujua hali yake. Singependa augue sana.

LULU: (*Anamshika mkono na kumwekeleza kando kidogo. Anasema kwa sauti ya chini kidogo.*) Mnyonge na anadhoofika. Hali hii inatukera nyoyo sisi wauguzi. Kumwangalia mtoto tuliyemhudumia kwa miaka hiyo yote akiendelea …

RITA: Hakuna jinsi mnavyoweza kumpunguzia shida hii?

LULU: Unamaanisha tuirudishe mipira ya lishe?

RITA: Sikumaanisha hivyo?

LULU: Sikuelewi.

RITA: Wajua! Kumpunguzia shida zake …

LULU: Dawa?

RITA: Nesi, mbona hunielewi?

LULU: Nakuelewa. Pengine hujielezi kinagaubaga. Sisi humpunguzia mgonjwa hitilafu za kimwili kwa kumpa dawa, lishe na kumliwaza.

RITA: Haswa! Dawa zitakazomliwaza alale salama.

LULU: Alale salama?

RITA: Si ndio! Usingizi wa milele.

LULU:	Usingizi wa milele?
RITA:	Kwa huruma. Tutakuwa tunampunguzia shida.
LULU:	Lakini amri ya mahakama ulioleta inatekeleza wajibu huo.
RITA:	Ndiyo ninasononeka. Njia ya kumnyima lishe haina huruma.
LULU:	Sikuelewi.
RITA:	Nakuomba unisaidie kutekeleza haya na mimi nitakupiga jeki sawasawa.
LULU:	(*Anasongea mlango na kuufunga.*) Naona unasema kwa mafumbo na kidogo sikuelewi barabara. Hebu nieleze yote kwa lugha nitakayoelewa. Mlango nimeufunga.
RITA:	Haya! Ninayosema ni kuwa mtoto anataabika sana. Apewe dawa zitakazoiharakisha safari yake kuelekea mbinguni. Ninajua mwili hauwezi kustahimili ukosefu wa lishe kwa siku nyingi. Ninakuomba unipunguzie mimi na mtoto wangu taabu hii, umpe dawa hiyo. Ukifanya hivyo nitakufidia kwa shilingi laki moja.
LULU:	Shilingi laki ...
RITA:	Ukipenda, laki moja unusu ...
LULU:	Lakini sielewi pupa ya nini ya kutaka mtoto aage dunia. Kwa nini ulihitaji aache kulishwa na mipira?
RITA:	Ni hadithi ndefu, nesi. Nimeamua kusonga mbele. Nakudokezea haya kama mwanamke mwenzangu. (*Anaelekea mlangoni kuhakikisha umefungwa.*) Ndoa yangu na maskini baba mtoto ndiyo hiyo, hatupatani tena. Maisha yangu yamepiga maki taimu kwa sababu ya hali ya afya ya mtoto ambaye hatatoka hospitalini.

Pia nina fursa ya kuelekea ughaibuni. Rafiki ya rafiki yangu aliniahidi kunipatia uraia huko maisha yangu yaweze kusonga mbele.

LULU: Ikiwa maisha yamepiga makitaimu hizo pesa ulizoniahidi utazipata wapi?

RITA: Nasita kukuambia haya kwa vile sina hakika ninapaswa kuyasema …

LULU: Basi nitajuaje unayoniahidi unaweza kuyatimiza. Laki moja unusu siyo chenji ya sokoni.

RITA: Najua. Lakini najua zitapatikana.

LULU: Siungami na sishawishiki. (*Anaelekea sehemu nyingine ya wadi.*) Ningependa kuendelea na kazi yangu sasa.

RITA: (*Akimfuata.*) Haya! Haya basi! Ninatarajia mabaki ya bima aliyolipwa mtoto. Ni kiasi kikubwa sana kilichosalia. Milioni mbili au zaidi.

LULU: Kweli? Na babake?

RITA: Tumeyashughulikia hayo. Pia tunao marafiki mahakamani.

LULU: Mbona usimwache babake amtunze mtoto ama shirika lo lote badala ya kuichukua hatua hii kali.

RITA: Nesi, huelewi maswala haya ya fidia ya bima.

LULU: Umenena ukweli, siyaelewi maswala ya fidia ya bima.

RITA: Nimeyafanyia utafiti na nayaelewa barabara sasa. Amtunzae anapata fidia ya bima.

LULU: Kweli?

RITA: Mimi ndiye nilimbeba tumboni, nikamzaa, na nikamtunza kwa muda huo wote. Hakuna mwingine atakayemtunza kama mamaye.

LULU: Lakini babake amekuwa akimtunza pia. Humwona hapa hata mara nyingi kukushinda.

RITA: Nitajuaje ikiwa yeye hataichukua hatua kama hii.

LULU: Huwezi kuharibu unachokithamini kwa kushuku kuwa hakuna mwingine atakayekihifadhi ila wewe.

RITA: Usinichukuliwe vibaya.

LULU: Mimi sikuchukulii vibaya.

RITA: Usinidhani kuwa sisononeki. Nimewaza na kuwazua na nikafikia uamuzi kuwa niliyoyafanya ni kwa manufaa ya mwanangu. Hata nyie hushiriki kuwaharakishia wagonjwa mahtuti safari zao mbinguni.

LULU: Hapana ...

RITA: Ni kweli ...

LULU: Sisi ni kama mbalamwezi tunaleta mwangaza kunako giza. Tunawafadhili na kuwafurahisha wengi.

RITA: Lakini mgonjwa aliyelemewa sana na ugonjwa?

LULU: Tunafanya tuwezavyo kumponya.

RITA: Na ikishindikana? Mnampa ruhusa arudi nyumbani na baada ya siku moja au mbili huaga dunia. Tofauti gani na ninayokusudia?

LULU: Mwanao hayuko kwenye kitengo hicho.

RITA: Nikiondoka huenda pengine mtamfanyia hivyo.

LULU: Muujiza huenda ukatokea akapata nafuu. Tumepata kuiona miujiza hapa hospitalini.

48

RITA: Nimeshayafikiria hayo na kufikia uamuzi wangu.

LULU: Haya, una haki ya kufikiri na kuamua kama upendavyo. Lakini kabla ya kuyafanya hayo ingefaa mtoto apewe Yukaristi ndipo tuhakikishe atakuwa pema peponi.

RITA: Sina pingamizi maadamu tutimize mpango.

LULU: Shida iliyopo ni kuwa lazima alishwe Yukaristi kwa mipira ya chakula kwa hivyo nitahitaji idhini yako tuirejeshe mipira kwa minajili ya hiyo Yukaristi.

RITA: Lakini hiyo itaongeza …

LULU: Hakuna njia nyingine! Lau sivyo, kwaheri. (*Lulu anaendelea na kazi. Rita anapiga hatua huku na kule. Anasimama karibu na mlango na kuwaza.*)

RITA: Haya basi. Lakini uitoe mara tu baada ya hiyo Yukaristi na uendelee na mpango.

LULU: Sawa! (*Anaitoa karatasi.*) Ningependa unijazie fomu hii ya kutupatia idhini ya kuirejesha mipira.

RITA: Huwezi kuendelea bila fomu?

LULU: Siwezi.

RITA: Lakini…

LULU: Hakuna cha lakini. Usipoijaza sahau mpango. Siaki unitie lawamani. (*Rita anaendelea kujaza fomu. Baada ya muda Nesi anarejea.*)

LULU: Tayari?

RITA: Ninamalizia sasa.

LULU: Nimempigia simu Kasisi na atafika baada ya saa moja. Utamsubiri au utaenda kisha urudi?

RITA: Nina miadi mingi leo na nisipoweza kurudi, idhini mnayo. Lakini kama nilivyokuelezea

awali, hakikisha atalishwa Yukaristi pekee.
Vinginevyo amri ya mahakama iendelee
kutekelezwa.

LULU: Ninakuelewa.

RITA: (*Anampa fomu.*) Ukihitaji kuwalisiana nami
nipigie simu. Lau sivyo mimi nitapitia tena
kesho. Haya tuonane baadaye. (*Wanaagana na
Rita anaondoka. Lulu anainama chini ya kabati
na kuitoa kanda ya kunasa sauti. Anacheza tena
na kuisikiliza kidogo. Anatabasamu.*)

*Ngoma inashika kasi nje ya jukwaa. Kivuli cha
mtu kinatokeza upande mmoja wa jukwaa na
kuondoka kwa haraka. Ngoma inaendelea kwa
kasi zaidi.*
(*Taa zanafifia*)

ONYESHO LA TATU

Nyumbani mwa Helena. Nyumba iliyopambika na nadhifu kweli. Helena amepumzika kwenye sofa yake akisoma faili huku muziki mwororo unasikika chini kwa chini.

HELENA: (*Abu anaingia kutoka upande wa pili akiikausha mikono yake kwa kutumia suruali yake ndefu.*) Hukukiona kitaulo cha kukausha mikono huko msalani?

ABU: Si neno. Bado hajafika?

HELENA: Bado. Mlitengana na mkeo kitambo?

ABU: Hapana. Unajua haya mambo yote ya kuzaliwa mtoto mgonjwa, kesi ya hospitali iliyoharibu mtoto wetu, safari za kumwona hospitalini, ilipunguza furaha. Ninafikiri alitaka maisha mapya … (*Mlango unabishwa.*)

HELENA: Karibu. (*Anaelekea kuufungua mlango.*) Nafikiri amefika. Karibu sana. (*Anaingia mwanamume wa makamo aliyeubeba mkoba wa kisasa.*)

GAITHO: Asante. Ninashukuru.

HELENA: Karibu kiti. Soda au chai.

GAITHO: Soda tafadhali. (*Helena analifungua jokofu na kuitoa soda na kumwandalia.*)

HELENA: Huyu ni Abu, babake mtoto.

GAITHO: (*Akimnyooshea mkono.*) Nashukuru kukutana nawe.

ABU: Mimi pia.

HELENA: Gaitho ni mchunguzi wa kulipwa ambaye huisadia idara yetu. Ametusaidia kuyatatua maswala ya watoto haswa kunapotokea mvutano baina ya wazazi. Nilipomuuliza

51

asaidie tayari bima ilikuwa imemuuliza awasaidie. Ana picha ambazo zinaweza kutusaidia kuelewa na pengine kuutatua mgogoro unaotukabili. Sijui anavyoifanya kazi yake lakini nijuavyo ni kuwa yeye ni stadi wa kazi anayoifanya.

GAITHO: Usinibubujikie sifa kabla ya kuona kazi niliyoifanya wakati huu. Huenda ikawa kinyume cha yote uliyosema. Hata hivyo, sijui kama Bwana ... eeeee

HELENA: Abu.

GAITHO: Asante. Bwana Abu ningependa utusaidie kuwatambua watu tuliowaona wakiandamana na mkeo. (*Anaufungua mkoba wake na kuandaa vifaa.*)

HELENA: Kwa kawaida hatuichukui hatua ya kumshirikisha mzazi ye yote katika uchunguzi wetu lakini tunayokabiliana nayo siyo ya kawaida. Bahati ni kuwa aliombwa afanye upelelezi mara tu hospitali na bima ziliarifiwa.

ABU: Ninaelewa. Hebu tuone.

GAITHO: Nina sehemu mbili fupi za vidio. Hebu zizime taa. (*Anakinyoosha kitambaa kikubwa cheupe kilichopo katikati ya jukwaa. Nyuma ya kitambaa taa inawaka na kukiangaza.*)

HELENA: (*Akielekea kuzizima taa.*) Endelea.

GAITHO: Haya. (*Anaelekea kwenye kijimeza.*) Samahani kidogo, teknolojia nayo hutatiza wakati mwingine. (*Anaibambanyabambanya.*) Hahaha! Wauona ustadi alionisifia Helena ... nawaonyesha vidio bila ya kuiweka kanda. (*Anakitoa kijikanda na kukiweka kisha anabonyeza.*)

Haya twende! (*Mchezo bubu. Mwanamke na mwanamume mmoja wamekaa hotelini wanakunywa. Weita anawahudumia.*

Wanakula. Wanalipa. Wanabusiana. Wanashikana mikono na kuondoka. Gaitho anabonyeza kijidude kwenye mashine. Taa ya jukwaa inazima na Helena anawasha zingine.) Kwanza, sina shaka huyo ni mkeo ....

ABU: Aliyekuwa mke wangu ...

GAITHO: Niwie radhi, aliyekuwa mkeo. Ningetaka kumjua mwanamume.

ABU: Huyo ni Tosha. Namfahamu babake lakini kijana simjui sana. Ninafikiri walisoma shule moja ya msingi na Rita. Sifa zake zilienea baada ya kupata *Goldi cheki* kazini ...

HELENA: *Golden handshake* ...

ABU: Kitu kama hicho. Akaanza kula raha ya wanawake na pombe. Pia akaanza baishara hii na ile – matatu, mitumba, miraa - lakini hakuna iliyofaulu. Pesa zilipokwisha na marafiki kumtoroka, akawa kazi yake kutafuta pesa za haraka na za rahisi.

GAITHO: Sasa yeye hufanya nini?

ABU: Hiki na kile. Hana lo lote wala cho chote. Anajiita *buroka*...

HELENA: *Broker* ...

ABU: Eee! Ndiyo hiyo umesema. Lakini wengi hufikiri yeye anafanya magendo ya aina mbalimbali.

HELENA: Unafikiri yeye ...

ABU: Hakuna mwingine ila yeye. Pia nasikia ulimi wake unaweza kumtoa nyoka pangoni.

GAITHO: Asante. Twende kwenye awamu ya pili. Taa! (*Helena anazizima. Taa ya jukwaa inaangazia sehemu moja. Waigizaji wanaigiza bila maneno. Hotelini. Rita na Tosha wanaonekana wamekaa mezani wanakula na kuzungumza na mwanamume. Rita anachukua chakula kutoka sahani yake na kumlisha mwanamume. Mwanamume naye anafanya vivyo hivyo. Tosha anachepuka kidogo. Rita na mwanamume wanabusiana.*)

HELENA: Hebu rejesha nyuma kidogo. (*Gaitho anafanya hivyo. Waigizaji wanaigiza vitendo polepole na kwa kinyume.*) Hapo! Cheza tena! (*Baada ya muda mfupi.*) Simamisha. Rejesha nyuma tena halafu uicheze kanda polepole niweze kuiona sura ya huyu mwanamume vizuri. (*Gaitho anafuata maagizo na waigizaji wanatenda kinyume kisha kuigiza kwa mwendo wa polepole.*) Hebu ivute picha karibu zaidi! (*Muigizaji mwanamume anaikaribia zaidi sehemu ya mbele ya jukwaa. Helena anaitazama tena.*)

GAITHO: Wamfahamu?

HELENA: Naona kama ni mtu ninayemfahamu lakini picha haionekani vizuri sana.

GAITHO: Walikuwa wamekaa katika eneo la hoteli lisilo na mwangaza wa kutosha. Bwana Abu unamfahamu.

ABU: Hiyo sura sijaiona po pote. Lakini huyo si Tosha.

HELENA: Tosha alionekana wazi. Ndiyo kumaanisha Rita ana wapenzi wawili. Na Tosha anaonekana hajali upinzani.

ABU: Anaweza kufanya lo lote kwa ajili ya pesa.

HELENA: Hmmmmmm! Huyu mwanamume ni nani?

GAITHO: Haya basi tuone ikiwa ataonekana vizuri katika kanda hii ya mwisho.Taa, tafadhali! (*Helena anazizima. Taa ya jukwaa inaangazia sehemu moja. Waigizaji wanaigiza bila maneno. Mwanamume aliyeonekana kwenye kanda ya pili anaonekana amevaa nadhifu. Ukumbini mwa hoteli anaingia mwanamume na msichana na wanakaribishwa na yule mwanamume anayewaelekeza nje ya jukwaa.*)

HELENA: (*Kwa sauti.*) Mungu wangu! Supuu! Supuu? Angazia huyu msichana tena na uivute picha! (*Gaitho anafanya alivyoulizwa. Waigizaji wanaigiza kinyume kwa upesi. Wanasimama. Msichana anakaribia sehemu ya mbele ya jukwaa.*) Supuu wangu! Hebu ivute sura ya kila mmoja (*Mwigizaji mmoja anakaribia sehemu ya mbele ya jukwaa.*) Tindo! (*Anaivuta ya pili.*) Tijei! Mambo gani haya?

GAITHO: Kwani unawajua?

HELENA: Supuu ni mtoto wangu!

ABU: Haiya! Na hawa wengine?

HELENA: Tindo, tumetengana. Tijei tulikutana naye jana. Tulijuana tukiwa wadogo. Aliniambia anaishi ng'ambo. Lakini Supuu na Tindo walikuwa na shughuli gani na Tijei?

GAITHO: Na Tijei huyo ana ushirika fulani na Rita na Tosha.

HELENA: (*Anajishika kichwa kwa mikono yote miwili.*) Ushirika … washirika … Supuu wangu! Sielewi. Nitayajua yote sasa hivi. (*Anaipiga simu. Baada ya muda.*) Yuko mteja!

(*Anaipiga namba nyingine. Anasubiri.*) Supuu naye na simu! (*Baada ya muda.*) Tindo! Unamhusisha Supuu katika mipango gani? ... Tijei! ... (*Anaipiga simu tena. Anaongea.*) A-a-a! Sitaki tuongee jioni ... niambie sasa hivi ... siwezi kungoja mpaka umalize mkutano? Ningependa kujua sasa hivi ... Tindo! Tindo! Sikiza ... (*Anairejesha simu mfukoni.*) Mpuzi sana. Naumwa na kichwa. Nisaidie na aspirini mbili hapo mezani.

GAITHO: (*Anaacha kuzirejesha vifaa mkobani.*) Umesema dawa iko wapi?

HELENA: Kabatini upande wa kushoto.

ABU: Unafikiri ...

HELENA: Sijui nifikiri nini, Abu. Sijui kama ubongo wangu unafanya kazi ama tayari umekufa ganzi. Mwanangu Supuu? Tuseme Tindo ... Tijei ... namba yangu ya simu...Kwa nini? Kwa nini? Kwa nini?

GAITHO: Pole sana.Yajapo yapokee. (*Anampokeza glasi ya maji na dawa.*)

ABU: Inaonekana Rita, Tindo, Tijei na Tosha wako pamoja kwa njia moja au nyingine.

GAITHO: Kuna hivyo vidokezo lakini wanashirikiana kufanya nini?

HELENA: Sasa tuna watoto wawili walio mashakani: wako na wangu. Naenda kumwona Supuu sasa. Nitawasiliana nanyi baadaye.

ABU: Mvua ya kunyesha kweli haina wingu.

GAITHO: Tafadhali uende kwa utaratibu usiharibu uchunguzi wote.

Helena anauchukua mkoba wake kwa haraka na kuvaa viatu na wote wanaondoka. Abu

anasimama katikati ya jukwaa. Anaiangalia hadhira na kuondoka kwa haraka. Mcheza ngoma anacheza bila utaratibu.

(Taa zinafifia)

ONYESHO LA NNE

Mcheza ngoma anacheza mwendo wa gwaride. Kituo cha polisi. Polisi wanafanya shughuli mbalimbali hapo kituoni. Anaingia padre.

POLISI: Hujambo Kasisi. Kuna nini?

KASISI: Ningependa kumwona OCPD?

POLISI: Ni jambo ninaloweza kukusaidia.

KASISI: Ninataka kusema naye.

POLISI: Naelewa lakini nawajibika kuandika matukio yote hapa kituoni katika OB ...

KASISI: OB?

POLISI: *Occurrence Book!* Ndiyo kanuni.

KASISI: Ooooo! Basi andika nimekuja kumwona kwa maswala ya kidharura.

POLISI: Uhalifu?

KASISI: Pengine lakini yeye ataamua.

POLISI: Ukinielezea nitaweza kubaini ikiwa ni uhalifu au sivyo.

KASISI: Andika nimekuja kupata ushauri.

POLISI: Pengine umwone kaimu OCPD. Mkuu hayuko kwa sasa.

KASISI: Sawa.

POLISI: Haya siburi kidogo. (*Polisi anabisha mlango na kuingia ofisi nyingine. Baada ya muda anatoka.*) Karibu.

KASISI: Asante.

Taa zinaelekeza upande wa pili wa jukwaa kunako ofisi ya Kaimu OCPD. Imepambwa kinadhifu, bendera za taifa na za kikosi nyuma ya meza kubwa anayofanyia kazi. Picha kadhaa zimetundikwa ukutani na kwenye rafu za ukutani kuna medali na tunzo mbalimbali.

KAIMU: Karibu Kasisi. Karibu kiti.

KASISI: Asante kwa kukubali kuniona.

KAIMU: Nikusaidieje?

KASISI: Nimekuja kupata ushauri wako kuhusu kisa cha mtoto wa Abu. Bila shaka umesikia habari kuwa huenda akapoteza maisha yake kwa kutolishwa.

KAIMU: Unamaanisha mtoto aliyelazwa hospitalini tangu alipozaliwa?

KASISI: Haswa ndiye huyo.

KAIMU: Nilipashwa habari kuwa babake alikuja kutafuta msaada kwetu lakini hatuwezi kuingilia amri iliyotolewa na mahakama.

KASISI: Ninafahamu. Lakini tuna habari kuwa pengine kuna uhalifu unaotekelezwa katika kitendo hiki.

KAIMU: Tafadhali Kasisi tusiingilie mijadala ya kifalsafa kuhusu uhai, haki, na kifo. Utakuwa mjadala usio na kikomo.

KASISI: Sikugusia mambo ya dhambi, nimesema kuna uhalifu.

KAIMU: Nieleze basi.

KASISI: Kwanza, amri hiyo ya mahakama haikutolewa kihalali kwa vile babake mtoto hakushirikishwa kwenye kesi inayohusu maisha ya mtoto wake.

KAIMU: Hayo ni maswala ya mawakili na mahakama. Pengine uwasilishe rufaa isikilizwe mahakamani.

KASISI: Lakini mahakama imefungwa sikukuu hii na maisha ya mtoto yako hatarini.

KAIMU: Sasa sisi tufanyaje? Hakuna ithibati kuwa sheria imevunjwa.

KASISI: Pia kitendo hiki kimefanywa kwa nia ya kupata fidia ya bima aliyowekewa mtoto.

KAIMU: Huo ni ulaghai wa bima na ni hatia. Lakini hatuna ushahidi.

KASISI: Na ikiwa mzazi huyo anakusudia kupata fedha kwa minajili ya kujitajirisha na kuhamia ng'ambo?

KAIMU: Hiyo ni hatia mbaya – ulaghai, wizi, na pengine kukusudia kuua.

KASISI: Mauaji na hata wizi wa kutumia mabavu.

KAIMU: Kasisi, haya ni mambo ya kidhahania na hainisadii wala kumsaidia ye yote kushiriki katika mijadala ya aina hii. Huenda hata sisi tukawa tunaegemea mipaka ya uvunjaji sheria kwa kumkashifu na kutweza hadhi mtu kwa kumsingizia uhalifu.

KASISI: Haya yote nayafahamu, lakini ukipata habari kuwa mahakama ilitoa amri fulani, na amri hiyo inahatarisha maisha ya mtu, kisha ujue kuwa mahakama ilifikia uamuzi kutokana na hadaa za mshtaki, unaweza kutoa amri ya dharura ya kusimamisha amri hiyo kwa muda.

KAIMU: Tungewaomba waliodhuriwa na amri hiyo wakate rufaa mahakamani.

KASISI: Bila shaka lakini niruhusu nitoe mfano wa mtu aliyepangiwa kunyongwa siku fulani. Siku hiyo tuseme ni jumamosi usiku wa manane.

Mahakama imekwishaamua na imefungwa wakati huo. Je, ukipata habari kuwa shahidi mkuu katika kesi hiyo aliidanganya mahakama na alisema uwongo hata baada ya kuapa kusema ukweli, unaweza kuruhusu mfungwa huyo anyongwe ilhali una shaka ikiwa uamuzi uliofikiwa ulikuwa wa haki.

KAIMU: Tukiwa na ushahidi wa kutosha tutawasiliana na gereza na kuwaaomba wasimamishe kinyongo usiku huo hadi mahakama ifunguliwe. Sijui haya yanatuelekeza wapi. Nina kazi muhimu.

KASISI: Kwa hivyo ukiwa na ushahidi kuwa mtoto …

KAIMU: Ninataka ushahidi kuwa kuna uhalifu uliotendeka.

KASISI: Unaahidi?

KAIMU: Kasisi?

KASISI: Ushahidi ndio huo (*anatoa kanda ya sauti kutoka mkoba na kuiweka mezani.*) Sauti utakazozisikia ni za nesi na mama mtoto. Una ushahidi wa kutosha humo. Pia ni heri uchunguze kisa hiki kwa upana wa kashfa kubwa ya utapeli kuhusu hati za kuhamiaji ng'ambo.

KAIMU: Hati za uhamiaji ng'ambo?

KASISI: Visa!

KAIMU: Mambo haya yanahusianaje?

KASISI: Sikiza kanda utatambua.

KAIMU: Unamaanisha kashfa ambazo balozi kadha ziliwaelezea wanahabari mwaka jana?

KASISI: Haswa. Upelelezi tunaondelea kufanya tukisaidiwa na idara ya watoto unaelekeza huko.

KAIMU: Nakushukuru sana kwa yote.

KASISI: Tafadhali sikiza ukanda huo na ukiwa na maswali ...

KAIMU: Uliipata wapi kanda hii?

KASISI: Isikize kwanza na ukitaka tusaidiane zaidi kumwokoa mtoto nina mashahidi watakaosaidia. Nitakuacha usikize. Naenda hospitalini kumhudumia mtoto. Nipigie simu ukinihitaji. Ubarikiwe.

Anaondoka. Kaimu anasimama na kuiweka kanda kwenye mashine. Anaisikiza. Anasimama na kupiga hatua huku akipiga mkono wake kwa kijiti chake cha mamlaka. Taa zinafifia.

SEHEMU YA NNE
ONYESHO LA KWANZA

Mkahawani. Tijei anakunywa chai na vitafunio huku akilisoma gazeti. Mara anaiangalia simu yake na kuandika ujumbe mfupi. Anashughulika kupokea ama kupiga simu.

WEITA: Kila kitu kiko sawa?

TIJEI: Niletee *smoothie* nyingine na *croissant* moja.

WEITA: Samahani hatuna *smoothie* wala *croissant.*

TIJEI: Niongezee basi *café latte.* Ifanye kuwa *strong* zaidi. Na samosa nyingine.

WEITA: Sawa. (*Weita anaondoka. Anaendelea na shughuli za kusoma na kutuma barua fupi kwa simu. Mara anafika mwanamume.*)

JEIPI: Pole nimechelewa. Ni shida kupata pahali pa kuegesha karibu na hoteli hii.

TIJEI: Na gereji ya hoteli?

JEIPI: Iko mbali na niko mbioni.

TIJEI: Haya umepata nini? Wajua watu wameanza kuwa na wasiwasi kidogo. Ni muhimu tuanze kuwaonyesha maendeleo fulani ndipo waanze kuifungua mifuko yao wazi zaidi. Subiri kidogo (*Anaipokea simu.*) Harakisha kuna mteja mmoja amefika.

JEIPI: (*Anampokeza bahasha kubwa.*) Waonyeshe hizi. Pia washawishi twaweza kuwapatia tikiti za ndege kwa bei nafuu. Waonyeshe orodha hii inayolinganisha bei na waambie wafanye chapuchapu. Kumbuka tuna washindani na magazeti yameanza kusikia fununu.

TIJEI: Tuliza boli, Jeipi! Miradi hii ya sasa ikifaulu utapata kigao chako, mimi changu, halafu nitavuka mpaka. Kisha Devo atafika na miradi ya watoto wanauzaliwa kimiujiza. Baadaye Jemo afuate na yake ya *pyramids* na kazi nzuri za ughabuini. Biashara inaendelea. Au siyo!

JEIPI: Lakini tuwe ...

TIJEI: Ondoka sasa, amefika! (*Anasimama na kumsalimia. Kwa sauti ya chini.*) Jifanye wewe ni mteja. (*Kwa sauti kubwa.*) OK. *I will see you soon. Bye.*

JEIPI: *Bye.* (*Anaondoka.*)

TIJEI: *Welcome.*(*Anamsalimia na kumkaribisha kiti kijana aliyefika.*) *Your Dad* hakufika leo?

IMANI: Ameniamba nije mimi. Hata sitakaa.

TIJEI: *Anything? Smoothie? Croissant?*

IMANI: Asante. Siku nyingine. Ameniambia nikupe hii bahasha. Pia anataka kujua kama kuna maendeleo yo yote.

TIJEI: Bado kidogo. Hata huyo mtu ambaye ameondoka sasa hivi anataka visa pia. *Embassy* ndiyo ina shughuli nyingi. Wajua hii *holiday* ni kubwa sana huko. Lakini hata hivyo utapata visa yako hivi karibuni. (*Anatoa bahasha na kumwonyesha.*) Angalia hizi za hawa ziko tayari. Hata huyo bwana alikuwa hapa amekwishapata yake leo.

IMANI: (*Akiziangalia.*) Nitafurahi sana nikiipata yangu.

TIJEI: *Patience.* Utaipata tu usijali. Halafu mpe babako hii karatasi. Mwambie tunazo tikiti za ndege kwa *the best prices.* Mwambie akununulie yako mapema kabla hazijaisha. Ziko *limited.*

IMANI: Nitamwambia. (*Akisimama.*) Sasa nitaondoka. Siku njema.

TIJEI: Sawa. Mwambie Daddy afanye chapuchapu. (*Tindo, Helena, Gaitho wanaingia na kutafuta meza. Wanapita karibu na meza alipokaa Tijei na wanaonana.*) Tindo, *what a surprise?*

TINDO: Ala! Tijei uko hapa? Nilikuwa nimepanga kukupigia simu leo.

TIJEI: Mimi pia.

TINDO: Tijei, huyu ni Helena.

TIJEI: Ndiyo namkumbuka Helena. Habadiliki.

HELENA: Wewe ndiye ukabadilika. Na huyu ni rafiki tunayefanya kazi pamoja. Anaitwa Gaitho.

TIJEI: *Nice to meet you.*

GAITHO: Mimi pia.

TIJEI: Karibu. Karibuni chai.

HELENA: Naona una kazi unayoifanya.

TIJEI: Tulikuwa tumemaliza. (*Akimgeukia Imani.*) Haya baadaye. (*Wanaagana na Imani anaondoka.*) Karibu.

(*Anakivuta kiti kimoja kutoka meza ya pili na kukaa. Anamwita weita na kuwaagizia.*) Waletee *smoothie* na *croissant.*

WEITA: Nilikuambia hatuuzi *smoothie* wala *croissant.*

TIJEI: Nimezoea kuagiza hizo ndio maana nasahausahau. Haya waulize (*Weita anazichukua oda. Helena na Gaitho wanatazamana na Helena anatikisa kichwa. Gaitho anachepuka kidogo kisha anarudi. Anakiwekelea kimkoba chake mezani.*)

HELENA: Mimi nitawaacha lakini najua tutaonana hivi karibuni.

TIJEI: Kwa nini haraka hivyo. Hata chai …

HELENA: Siku nyingine. (*Anasimama.*) Gaitho, waweza kuuchukua mkoba wako garini kabla sijaondoka?

GAITHO: Bila shaka (*Helena na Gaitho wanaondoka.*)

TINDO: Nilikuwa ninamwelezea Helena kuhusu mipango unayomfanyia Supuu kupata visa ya kusomea Ughaibuni.

TIJEI: Inaonekana ninyi bado mko *item* hata baada ya *separation.*

TINDO: Wajua Helena ni mtu mwenye roho safi na bado nampenda. Lakini nilipoteleza mara moja na akajua nina mpango wa kando, hakunisamehe.

TIJEI: Lakini ndiyo *fashion* siku hizi ...

TINDO: Hamkani si shwari tena. Alisema hatahatarisha maisha yake na mume asiyejali afya na maisha yake.

TIJEI: Ndiyo maana ...

TINDO: Ndiyo maana tukatengana. Sijakata tamaa na nafikiri siku moja atanisamehe. Lakini mtoto wetu twamlea pamoja.

TIJEI: Na huyu jamaa?

TINDO: Gaitho? Rafiki. Nilialikwa hapa leo kuongea, ingawa sijui kuongea nini. Kila mara nikipata fursa natumaini roho ya Firauni imeyeyuka. (*Gaitho anarudi. Anauweka mkoba chini ya meza na kimkoba kingine juu ya meza.*) Mipango ya visa imefikia wapi?

TIJEI: Inaendelea lakini tufanye hima. Kuna wengine wamezipata zao na hata huyu kijana aliyeondoka ni mmoja wao. (*Anawaonyesha*

pasipoti zilizoko ndani ya bahasha. Tindo
anaziangalia na kumpa Gaitho.
Anapozichunguza, zinamwagika chini.)

GAITHO: (*Akiinama kuziokota.*) Pole sana (*Anaichukua*
moja na kuiweka ndani ya kifuko cha mkoba
ulioko chini ya meza. Anazikusanya zingine na
kuzipanga na kuzirudisha ndani ya bahasha na
kumkabidhi Tijei.) Niwie radhi sana bwana.

TIJEI: Si neno. (*Weita analeta chai.*) Kirudishe
kikombe kimoja.

GAITHO: Kwa hivyo wewe huwasaidia watu kupata visa
za kuelekea ng'ambo?

TIJEI: *Yep!*

GAITHO: Bahati iliyoje! Pengine waweza kumsaidia
binamu yangu kupata. Hajafanikiwa kila
aendapo ubalozi. Unajuana na watu katika
Ubalozi ama vipi?

TIJEI: Bila shaka.

GAITHO: Visa za nchi moja ama?

TIJEI: Nchi nyingi za Ughaibuni. *If you are interested*
ni afadhali ufanye haraka kwa vile niko karibu
kurudi.

GAITHO: Na malipo je?

TIJEI: Malipo huwa ni tofauti kwa kila nchi lakini
hatushindwi kupata.

GAITHO: Ningependa sana apate na ukinisaidia
nitashukuru. Ungehitaji kiasi gani cha kuanzia?

TIJEI: Huwa nafanya hivi kusaidia lakini pia ni
muhimu kuwafurahisha marafiki zangu katika
ubalozi. Kwa hivyo ukiwa na cho chote –
twenty or thirty thousand ni pahali pazuri pa
kuanzia.

TINDO: Kabla sijasahau nitakupa kiasi kile nilikuwa nikuletee leo alasiri. (*Anatoa bahasha na kumkabidhi.*) Hesabu na unipe stakabadhi.

TIJEI: Sina *receipt* sasa.

TINDO: Heri tuandikiane kwenye karatasi.

TIJEI: Huniamini ama vipi?

TINDO: Hapana ni mazoea yangu. Pesa zikitoka mkono wangu wa kulia hutarajia mkono wa kushoto uwe umeshika stakabadhi. Pia ni muhimu kwa rekodi za matumizi ya kimasomo ya mtoto wetu.

TIJEI: Sina karatasi.

GAITHO: (*Akifungua mkoba wake.*) Ninazo karatasi na kalamu kwa wingi. (*Anamkabidhi.*) na mimi pia uniandikie, nitakuandikia hundi ya elfu kumi.

TIJEI: (*Akiandika.*) Naona nchi inaendelea kuingia Uzungu. (*Anaipokea hundi yake Gaitho na kumwandikia stakabadhi.*) Utaniletea fomu na *documents* zifaazo na nitaishughulikia kazi. Kwa vile umelipa *downpayment* tutaishughulikia haraka zaidi.

Mara mlango unafunguliwa kwa fujo. Wanaingia watu wawili waliovaa makabuti marefu meusi. Wanawalazimisha watu kulala chini na mmoja anaelekea kuizima taa.

ONYESHO LA PILI

Kivuli cha mcheza ngoma kinacheza mara kwa kasi mara kwa utaratibu. Hotelini.

TOSHA: Umeshindaje ?

RITA: Siku ndefu mno.

TOSHA: Pengine habari nilizonazo zitakusisimua.

RITA: Haya lete raha.

TOSHA: Cheti cha talaka kiko tayari.

RITA: *(Anakichukua na kukisoma.)* Sawa!

TOSHA: Sawa? Mbona hukufurahia. Angalau hata kabusu ka kunipongeza.

RITA: Wajua mambo mengine yanaenda kwa mpango lakini swala muhimu la bima lahitaji nyenzo kusudi lisonge.

TOSHA: Kwani kumetokea nini?

RITA: Tijei simpati kwa simu na nimeona ile hundi nilimpatia ashazitoa pesa.

TOSHA: Una maana unamshuku kuwa anatudanganya ?

RITA: Wanaume! Hamueleweki. Tulikuwa tumepanga kukutana, simwoni. Simu ninampigia, hachukui.

TOSHA: Mpe muda. Huenda ikawa yuko mkutanoni ama simu haina chaji.

RITA: Hata hivyo, hospitalini mambo yamesonga. Mtoto wamerejesha mipira ya chaku …

TOSHA: Kwa nini? Hiyo ni kinyume na amri ya mahakama. Kwa nini?

RITA: Nimewaruhusu …

TOSHA: Nini? Una kichaa au nini?

RITA: *(Anainua mkono.)* Hei! Hei! Tosha chunga mdomo!

TOSHA: Rita! Mungu wangu!

RITA: Nini?

TOSHA: Akianza kulishwa tena mpango unasambaratika.

RITA: Tosha, unasahau nilimbeba kwa miezi tisa. Mimi mamake mzazi na nina uwezo wa kutoa amri hiyo.

TOSHA: Kwa nini umepiga hatua ya nyuma?

RITA: Usinidhani kuwa zimwi lisokuwa na hisia. Nampenda mwanangu na namtakia neema na afya njema. Siku yake ikifika ningependa aishi maisha ya baadaye yenye furaha kule paradiso.

TOSHA: Sikuelewi.

RITA: Nilikubali apewe sakramenti ya Yukaristi ambayo kwa imani yangu ni sakramenti ya mwisho.

TOSHA: Lakini atalishwaje kwa vile hali chakula?

RITA: Kwa mipira ile ile? Watairejesha kwa muda.

TOSHA: Maskini Rita. Utajuaje hawatamlisha vyakula vingine wakati huo kusudi aendelee kuwa hai.

RITA: Kwa nini hospitali ifanye hivyo?

TOSHA: PESA! Huoni? Ole wangu! Huoni? Wao pia wanafaidika mtoto akiendelea kuwa hai. Wanalipwa. Akiwa hayupo wewe utazichukua pesa za bima. Ni heri ungekuwepo wadi kuhakikisha.

RITA: Usiwe na shaka. Nimefanya mipango na nesi na atanisaidia.

TOSHA: Unamaanisha …

RITA:	Nimemshirikisha.
TOSHA:	Kosa kubwa, Rita! Hatari kubwa.
RITA:	Kosa kutaka mtoto wangu akaribishwe na malaika huko peponi?
TOSHA:	Na nesi akikuhadaa?
RITA:	Nitaishi kwa furaha nikijua anaishi kwa furaha katika maisha yake ya baadaye.
TOSHA:	Lakini itatubidi tujifanyie kazi sisi wenyewe. Wajua Tijei aliyasema maneno ya kusangaza leo asubuhi.
RITA:	Kwani alisema nini?
TOSHA:	Kuwa alikutana na mwanajamii anayeishughukia kesi ya mtoto aliyeondolewa mipira ya chakula hospitalini …
RITA:	Aliyasema hayo?
TOSHA:	Nilishangaa na nikashindwa ikiwa Tijei anatuhadaa. Pengine mpelelezi.
RITA:	Lakini ni wewe ulinijulisha kwake.
TOSHA:	Rafiki yangu alinielekeza kwake. Nikaambiwa huwasaidia watu kupata visa.
RITA:	Jameni!
TOSHA:	Twende leo usiku. Ni rahisi usiku kuliko mchana. Sindano na dawa tutazinunua. Huwezi kumwamini hata huyo nesi. Tufanye haraka tuzipate hizo pesa za bima na kuondoka kabla maji hayajachemka.
RITA:	Mimi siwezi …
TOSHA:	Basi nitakusaidia. Wewe utaachwa ndani ya gari.
RITA:	Sijakula cho chote leo. Naenda kunawa mikono kwanza.

Rita anaondoka. Gaitho anauchukua mkoba wake na kuondoka kwa haraka. Muziki unaendelea. Tosha anaitoa simu yake mfukoni na kuendelea kuangalia ujumbe. Rita anarudi na kuketi. Baada ya muda mlango unafunguliwa kwa nguvu na fujo. Waingia watu wawili waliovaa makabuti marefu. Wanawalazimisha watu kulala chini na mmoja anaelekea kuizima taa.

ONYESHO LA TATU

Korokoroni. Pembeni amelala mwanamume mmoja na upande wa pili mwingine anazipiga hatua za taratibu kutoka ukuta mmoja hadi mwingine. Punde anafika askari mlangoni na kuzimulika sehemu zote chumba akimwangalia kila mmoja.

TIJEI: (*Kwa hasira.*) Mbona sijaletewa malazi niliyoagiza.

POLISI: (*Anacheka.*) Unadhani hii ni lojingi.

TIJEI: Huu ni ukiukaji wa haki za kibinadamu. Sisi si wanyama kuishi katika hali kama hii. Hata kama siyo godoro, angalau blanketi.

POLISI: Kama hungejitumbukiza katika dibwi la uhalifu, ungekuwa kwako nyumbani unalala na …

TIJEI: Uhalifu gani? Ninyi ndiyo wahalifu mlioniteka nyara …

POLISI: (*Anacheka.*) Tukakuteka nyara?

TIJEI: Wahalifu nyinyi hata pengine mliwaibia wateja wengine pale hoteli.

POLISI: Hiyo ndiyo njia yetu ya kuwakamata wahalifu wajanja kama wewe. Njia mwafaka ya kuhakikisha usalama wa wote wahusika.

TIJEI: Unasema uhalifu, uhalifu gani?

POLISI: Hakuna aliyekutuma ufanye ulaghai.

TIJEI: Nitawashitaki ninyi nyote na mtajuta kudhamini haki za raia.

POLISI: Ikiwa utapata fursa ya kutoka jela …

TIJEI: Wacha upuzi afande. Usifikiri mimi ni raia mnaonyanyasa bure. Nitakapomjulisha balozi wetu mtakuwa mashakani.

POLISI: Ndoto zako za kujaribu kuwapora watu mali kwa kuwahadaa na ndoto za Ughaibuni zimefikia kikomo. Amka! Wanaubalozi ndio wanataka zaidi ufungwe na tuupute ufunguo.

TIJEI: Nini? Nani? Naona hunijui.

POLISI: Lakini kwa kweli bwana, mengineo watu watafahamu, lakini hila za kuua mtoto kusudi mpate fidia ya bima yake, hayo yamepita mipaka.

TIJEI: Bima gani na mtoto yupi?

POLISI: Bwebwe hizo nakuachia wewe na hakimu. Bahati njema.

TIJEI: Lakini, mchezo kando, mbona mkaja kunikamata kama mimi gaidi.

POLISI: Vitendo vyako na uzito wa mashtaka yako.

TIJEI: Uzito wa mashtaka?

POLISI: Ikiwa huna habari mashtaka yako ni kuwahadaa raia kwa kusudi la kupata fedha kwa njia isiyo halali; magendo ya hati za uhamiaji zikiwemo pasipoti na visa; lakini nzito zaidi ni kuwa ukishirikiana na Tosha na Rita mlihatarisha maisha ya mtoto kwa kusudi la kujitajirisha kutokana na fidia ya bima. Inaonekana ninyi mtabaki kuwa wageni wa serikali kwa muda mrefu.

TIJEI: *(Anajikunyata polepole na kujishika kichwa kwa mikono miwili. Baada ya muda ananyanyuka kwa haraka na kutoa mlio mkali akielekea alikolala Tosha na kuanza kumpiga mateke. Tosha anaamka na kuanza kujikinga. Polisi aliyekuwa anaandika anangusha kalamu na faili yake na kujaribu kuwatenganisha.)*

74

POLISI: Wacha upuzi. (*Akimwashiria Tijei.*) Simama kando, pale. Mara moja. (*Akimwashiria Tosha.*) Na wewe kando, pale.

TOSHA: Kwa nini huyu mjinga akaanza kunipiga mateke.

TIJEI: Mwehu wewe kila mara mkinidanganya na Rita.

TOSHA: Nani mlaghai kushinda wewe. Hadithi zako za uwongo za visa na Ughaibuni.

TIJEI: Mitumba ninyi kutaka kumuua mtoto mpate kufaidika.

TOSHA: Mtumba wa Ughaibuni na ahadi zako mitumba.

POLISI: Hahaha! Kweli nyote binadamu mitumba wenye mawazo mitumba. Hata huyo mshirika mwenzenu hakuamini hila zake zimetumbukia nyongo. Bado hajapata fahamu tangu alipozirai ndani ya seli yake.

TOSHA: Wauaji nyie …

POLISI: Hata. Alihudumiwa vyema hospitalini kuliko vile alivyotaka mwanawe. Sasa amekubali kuwa shahidi wa serikali. Ugali na maharagwe ya serikali hamwezi kumaliza.

(*Anaingia Kaimu Polisi na mwanamume aliyevaa suti ya dhamani. Wanasimama na kunong'onezana. Baada ya muda wanaume hao wawili wanaondoka.*)

POLISI: Ikiwa nyoyo zenu mitumba zina nafasi ya kupokea wasia, basi kumbukeni walivyotushauri kuhusu kumchimbia mwenzako kaburi.

Mwangaza unapungua. Tunasikia mpigo wa ngoma. Mbele ya jukwaa anatokezea Abu kutoka upande wa kushoto na kutembea hadi katikati ya jukwaa. Anatoa kijiwe kutoka ndani ya kiatu. Anakichukua kijiwe hicho na kukitupa mbali. Anachezacheza kidogo na kuondoka kwa kasi. Helena, Tindo na Supuu wanafuata wakizungumza kwa furaha. Kasisi na Gaitho wanafuata. Ngoma ya kusherehekea inasikika na wachezaji wanapitia jukwaani wakimfuata Abu.

MWISHO

www.ingramcontent.com/pod-product-compliance
Lightning Source LLC
Chambersburg PA
CBHW060418050426
42449CB00009B/2018